NALRC "Let's Communicate"
African Language Series

TUWASILIANE KWA KISWAHILI
Alwiya S. Omar & Leonce F. Rushubirwa

National
African
Language
Resource
Center

NALRC PRESS
Madison, Wisconsin
2007

"Let's Communicate" African Language Series
Antonia Folárìn Schleicher, Series General Editor

The development and the publication of the NALRC "Let's Communicate" African Language Series is made possible through a grant from the U.S. Department of Education and the National Security Education Program.

NALRC Publications Office
Antonia Folárìn Schleicher, Series General Editor
Adedoyin Adenuga, Assistant Editor
Joseph Chikowero, Production Editor
Charles Schleicher, Copy Editor
Adedoyin Adenuga, Cover Designer

NALRC "Let's Communicate" African Language Series, Let's Communicate in Swahili – Advanced Level

Library of Congress Cataloging-in-Publication Data

Omar, Alwiya Saleh.
  Tuwasiliane kwa kiswahìli / Alwiya S. Omar & Leonce Rushubirwa.
    p. cm. -- (Let's communicate African language series)
  Includes bibliographical references.
  ISBN 978-1-59703-014-4 (softcover : alk. paper) 1. Swahili language--Textbooks for foreign speakers--English. I. Rushubirwa, Leonce. II. Title.
PL8702.O43 2007
496'.39282421--dc22
                              2007041218

Published and Distributed by:
National African Language Resource Center
4231 Humanities Building
455 N. Park St.
Madison, WI 53706
Phone: 608-265-7905
Email: nalrc@mailplus.wisc.edu
http://lang.nalrc.wisc.edu/nalrc

Let's Communicate African Language Series

The *Let's Communicate an African Language* series of textbooks includes intermediate level texts designed to accompany the intermediate level *Let's Read an African Language* series is the first series of communicatively oriented African language textbooks developed in the United States. The series is based on the model of *Je K'A So Yoruba* (Let's Speak Yoruba) written by Antonia Folarin Schleicher in 1993. The need for the series arose to fill the gap of providing African language learners with not only up to date materials, but also materials that will prepare them to truly communicate in their respective African languages.

These series is based on the communicative approach to language learning in the sense that learners are provided with activities that will help them to perform functions that native speakers of these languages perform in their appropriate cultural contexts. The grammars and the vocabulary in the textbooks are those that will help the learners to perform appropriate functions. The monologues and the dialogues are authentic in the sense that they present real life situations. The activities in the texts are also tailored to assist learners in acquiring the necessary skills such as listening, speaking, reading, and writing. The Let's Read series, as an intermediate level series, addresses these content areas with greater complexity and sophistication than the elementary series – allowing students to understand, speak, read, and write the language with increased fluency and confidence.

Tuwasiliane Kwa Kiswahili is the first in this series to accompany the *Tuseme Kiswahil* (Let's Speak Swahili) and *Tusome Kiswahili* (Let's Read Swahili). If you are interested in developing materials for the language that you teach, please contact the staff of the National African Language Resource Center (NALRC). Manuscripts are subject to external review and need to follow the theoretical framework established for the series.

A series such as this depends on the vision, goodwill and labor of many. Special appreciation is extended to the National Security Education Program that provided the original grant that supported the author in developing this textbook. We are also indebted to the U.S. Department of Education's IEGPS (International and Education and Graduate Programs Service), the NALRC staff, the three anonymous reviewers, the NALRC Advisory Board, as well as various individuals who support the efforts of the NALRC in promoting African language pedagogy nationally and internationally. Without the support, advice, and assistance of all, the Let's Speak, Let's Read, and Let's Communicate African Language Series would not have become a reality.

Antonia Folárìn Schleicher
Series General Editor

TUWASILIANE KWA KISWAHILI
Let's Communicate in Swahili

A textbook for advanced learners of

Swahili

As a Foreign Language
(Accompanied by audio CD)

By

Alwiya S. Omar & Leonce F. Rushubirwa

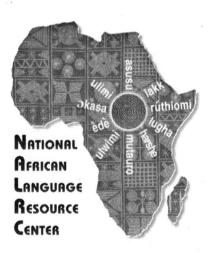

NATIONAL
AFRICAN
LANGUAGE
RESOURCE
CENTER

DEDICATION

To our families and friends, our colleagues in the field of African language teaching, and to all learners of Kiswahili.

YALIYOMO
Table of contents

xiv

Malengo ya Tuwasiliane Kwa Kiswahili
Goals of Tuwasiliane Kwa Kiswahili

Tuwasiliane Kwa Kiswahili is an advanced Kiswahili textbook whose goals are to develop learner's language skills to reach the proficiency level of Advanced High according to the American Council for Teachers of Foreign Languages (ACTFL) 1999 proficiency guidelines.

Listening: Able to understand the main ideas of most speech in a standard dialect; Shows an emerging awareness of culturally implied meanings beyond the surface meanings

Speaking: Able to satisfy the requirements of a broad variety of everyday, school, and work situations. Can discuss concrete topics relating to particular interests and special fields of competence. There is emerging evidence of ability to support opinions, explain in detail, and hypothesize.

Reading: Able to follow essential points of written discourse at the Superior level in areas of special interest or knowledge. Able to understand parts of texts which are conceptually abstract and linguistically complex, and/or texts which treat unfamiliar topics and situations, as well as some texts which involve aspects of target-language culture.

Writing: Able to write about a variety of topics with significant precision and in detail; Can write most social and informal business correspondence; Can describe and narrate personal experiences fully; Can write about the concrete aspects of topics relating to particular interests and special fields of competence."

This text contains 15 chapters that reinforce the four skills which are embodied in the five goal areas that encompass various reasons for studying a foreign language, commonly referred to as the 5 Cs: Communication, Communities, Cultures, Comparisons and Connections. Each chapter focuses on a topic that is presented as a brief article and as dialogue for reading. There are pre-reading activities, focus questions while reading, and post-reading scenarios and discussions. There are also activities for reviewing grammar and for developing vocabulary.

The text is also accompanied by an audio CD of the dialogues included in each chapter.

Vipi kutumia Tuwasiliane Kwa Kiswahili
How to use Tuwasiliane kwa Kiswahili

Each chapter is divided into the following six parts:

A. Reading text
B. Dialogue
C. Culture notes
C. Grammar
D. Vocabulary
E. Glossary

A. Reading text: Before learners read the text in A, there are pre-reading activities. Learners are encouraged to discuss with each other what they know about the topic. While reading the text there are focus questions to help them with comprehension of the topic and to develop their interpretive skills. After reading, there are post-reading questions for discussion, writing assignments and presentations. In these presentations, student can compare with what is happening in their own cultures and also connect to their fields of study.

B. Dialogue: Before reading the dialogue, learners should listen to the conversation in the audio CD first and write up a brief summary of their reaction to the topic of the conversation. In class, learners can share their reactions with each other. Then after reading the dialogue, learners can have discussions based on the post-reading questions. As in part A, they can write essays and do presentations in class to reinforce writing, speaking, and listening skills as well as compare and connect to their respective cultures and fields of study.

C. Culture notes: These are culture capsules and accompanied scenarios that provide further reinforcement of cultural awareness and encourage learners to share their knowledge with other learners and members of the community by doing role-plays and performances, as well as posting materials on the internet. As part of life long learning, learners can continue contributing to the materials on the internet even after they have completed the course.

D. Grammar notes: This section focuses on grammatical structures from sections A to C and provides exercises for reinforcement. Learners can make reference to these grammar notes while doing sections A to C or when they are working on other chapters.

E. Vocabulary: This section focuses on selected vocabulary items and provides exercises. More vocabulary items can be included and learners can create vocabulary games for further reinforcement.
Questions and exercises given in each section can be modified to suit the dynamics of the class and interests of the learners and their teachers.

SHUKRANI
Acknowledgments

We wish to sincerely give an appreciation to the National African Language Resource Center (NALRC) Director Antonia Yetunde Folarin Schleicher, for her guidance, patience, professionalism, wisdom and financial support. Without her tireless support we couldn't have reached this far. We feel fortunate to have an opportunity to work with her.

We extend a special heart filled thanks to Charles Bwenge (University of Florida) for his guidance, critical editing, scholarly comments and unwavering support. Our thanks also go to Jane Irungu (University of Kansas) and Leonard Muaka (University of Illinois, Urbana-Champaign) for reading and reviewing our book and for the helpful suggestions they provided to us. We would also like to thank all of our fellow scholars who have discussed and influenced us to write this book (and those who will help us with the recording of the audio CD), we acknowledge our indebtedness and express our greatest appreciation. We, however, take full responsibility for any errors and shortcomings that appear in the book and we welcome suggestions and comments.

We would also like to give a word of thanks to the following NALRC staff: Adedoyin Adenuga and Matthew Brown. We highly appreciate the cooperation we enjoyed from working with them. Without their encouragement and support, this book would not have been undertaken.

Abdulwahid Mazrui (Indiana University) provided some pictures used in the book. We thank him for his generosity. We are also grateful to the internet where we got several pictures. We list these internet sources at the end of the book. Other pictures were contributes by the authors and we thank everyone for letting us take their pictures to be used for pedagogical purposes. We also thank Tina, Joan, Irene, Angel, Jesca and Erick for allowing us to use their pictures in our book.

Finally, we thank our families, who gave us the support and time alone that we needed while writing this book. Their encouragements made each hour worth the time spent. Without their remarkable support, we may have given up a long time ago.

You all know how thankful we truly are! ASANTENI!

BIOGRAPHY

Alwiya S. Omar holds a PhD in Linguistics from Indiana University, Bloomington where she is currently coordinating African languages and teaching Kiswahili for the African Studies Program and Department of Linguistics. Dr. Omar is the past president of African Language Teachers Association (ALTA), past executive board member of the National Council of Less Commonly Taught Languages (NCOLCTL), board member of the National African Language Resource Center (NALRC), and a certified tester of Kiswahili oral proficiency interviews for the American Council on the Teaching of Foreign Languages (ACTFL). She has been teaching Kiswahili as a foreign language since 1987. In addition to Indiana University she has also taught at Kalamazoo College, University of Georgia, and University of Pennsylvania. She directed the United States Department of Education Fulbright Hays Advanced Kiswahili Group Project Abroad (GPA) in Tanzania from 1999 to 2001. Dr. Omar promotes the use of technology in language teaching as well as development of culture-based web materials. Her research interests include acquisition of Kiswahili as a foreign language and Kiswahili pragmatics.

Leonce F. Rushubirwa holds a Ph.D. in Curriculum and Instruction (Instructional Technology) from Ohio University. He is currently a Swahili Interpreter of the Family Centre in Edmonton, Alberta and a Vice President of African Language Teachers' Association (ALTA). He is an initiator and a President of Swahili Language and Cultural Resource Centre (SLCRC) a registered association in Edmonton, Alberta. He has long experience in teaching Swahili. He taught it in Tanzanian Elementary, Secondary and Teachers' college for some years and 12 years in Canada and USA. He has taught at Ohio University, Louisiana State University and University of Kansas where he was hired a tenure track Assistant Professor and served as Associate Coordinator of African Languages. In Canada he initiated a Swahili program and taught at University of Alberta. He was a Coordinator of African Program/Institute at the University of Georgia where he coordinated various projects such study abroad and Kiswahili Kwa Kompyuta KIKO one of the popular Swahili website for online learning. Also, he co-directed The Swahili Safari Study Abroad in Tanzania in Summer 2005. His Ph.D. dissertation title is "Experiences of Faculty and Students Integrating Multimedia and Web-based Technologies into University Language Learning: A Study of Kiswahili, Yoruba and Japanese). Dr. Rushubirwa research interest is related to curriculum issues, language administration, technology integration in foreign languages, study abroad, community services and cultural issues.

Kuamkiana katika Kiswahili na tofauti zilizoko baina ya wazungumzaji
Greetings in Kiswahili and variations among speakers

Goals:

- To develop students' communication skills through conversations, interpretations and presentations of different forms of greetings in Kiswahili
- To enhance students' cultural understanding and enable them to perform Kiswahili greetings in a culturally appropriate/acceptable way
- To enable students to compare Kiswahili greetings with those in their own cultures
- To enable students to discuss Kiswahili grammatical structures and compare them with structures in students' own languages
- To enhance students' knowledge of vocabulary, phrases, and idiomatic expressions used in greetings

---

A.   Maamkio na tofauti zilizoko

❖ *Kabla ya kusoma: Mazoezi ya kuzungumza na kuandika*

Nini mawazo yako juu ya maamkio ya Kiswahili? Zungumza na wenzako juu ya mawazo yenu. Andika muhtasari wa mawazo haya.

❖ *Wakati wa kusoma: Mazoezi ya ufahamu*

Jambo gani katika maelezo haya linakuonyesha kwamba kuamkia ni muhimu katika jamii za wazungumzaji wa Kiswahili?

Eleza umuhimu wa umri katika maamkio ya Kiswahili.

Eleza kwa kifupi tofauti baina ya maamkio ya sasa na ya zamani.

Maamkio na tofauti zilizoko

Maamkio ni muhimu sana katika jamii za Kiafrika kwa jumla na hasa katika jamii za Waswahili. Watoto hufundishwa maamkio sahihi tangu wanapokuwa wadogo. Katika

1

tamaduni nyingine, kwa mfano nchini Marekani, kusema 'tafadhali' na 'asante' husisitizwa zaidi lakini katika jamii za Waswahili watoto hufunzwa njia sahihi ya kuamkia kabla ya kufundishwa namna ya kushukuru na kusema 'tafadhali'. Kama mtoto hajaamkia inavyotakiwa husahihishwa papo kwa papo na huambiwa aamkie tena. Kuna maamkio tofauti ya Kiswahili: kuna maamkio baina ya watu wa umri mmoja na maamkio baina ya watu wa umri tofauti; kuna maamkio yanayotegemea wakati wa siku kama asubuhi, mchana, na jioni; kuamkia mtu mmoja ni tofauti na kuamkia watu wengi; kuna mtindo wa kisasa wa kuamkia, na pia kuna maamkio rasmi na yasiyo rasmi, Pamoja na tofauti hizi kuna tofauti za maamkio kutegemea nchi au sehemu ya nchi anayotoka mzungumzaji.

Huko Afrika ya mashariki, katika sehemu za bara na sehemu za mashamba ya visiwa vya Unguja na Pemba, 'shikamoo' hutumiwa kuwaamkia wakubwa. Inasemekana labda neno 'shikamoo' linatokana na maneno mawili 'shika miguu'. Katika sehemu za bara watoto na vijana hukunja magoti yao wanapoamkia 'shikamoo'. Jibu la 'shikamoo' ni 'marahaba'. Shikamoo hutumiwa maofisini na wenye vyeo vya chini kuamkia wakuu wao na pia hutumiwa mashuleni na wanafunzi kuamkia walimu wao.

Nancy anamwamkia mama yake 'shikamoo'

Kuna njia nyingine za kuamkia wakubwa hasa katika sehemu za pwani na visiwani. Watu wenye umri mdogo kuanzia miaka kumi na tatu na kwenda juu wanatarajiwa kuamkia wakubwa wao kwa kutumia maamkio haya yenye asili ya Kiarabu: 'subalkheri' wakati wa asubuhi na 'msalkheri' wakati wa mchana na jioni. Na anayeamkiwa hujibu kwa kusema 'sbalkheri' au 'msalkheri'. Katika Kiarabu hakuna tofauti ya umri katika utumiaji wa maamkio haya. Lakini katika Kiswahili maamkio haya yamepata maana zaidi. Watoto kutoka visiwa vya Unguja na Pemba huamkia kwa kusema 'cheichei' kwa sababu ya ugumu wa kutamka 'sbalkehri' na 'msalkheri'. Wakubwa hujibu 'cheichei' pia. Wanapoamkia 'cheichei' watoto lazima wachukue mkono wa mtu mzima na kuubusu.

Mtoto anaamkia 'chei chei' na kubusu mkono

Watu wa umri mmoja wanaweza kuanza maamkio kwa kusema 'hujambo' kusalimia mtu mmoja au 'hamjambo' kusalimia watu wengi na majibu ni 'sijambo' na 'hatujambo'. Pia wanaweza kuuliza hali ya watu wengine kama watoto, wazazi, rafiki, na kadhalika. Wanaweza kusalimiana kwa kuuliza 'habari'. Wanaweza kuuliza 'habari gani?', 'habari za nyumbani?', 'habari za kazi?', na habari nyingine. Na mtu anayesalimiwa anaweza kujibu 'nzuri','salama' au namna nyingine ya majibu. Hali kadhalika, maamkio haya yanaweza kutumiwa na watu wenye umri tofauti baada ya mkubwa kuamkiwa kama inavyotarajiwa. Amkio moja ambalo linaweza kutumiwa na watu wakubwa kwa wadogo ni amkio jengine la Kiarabu 'assalamu aleikum' na jibu la amkio hili ni 'wa aleikum salam'. Amkio hili hutumiwa ikiwa umri wa mtu anayeamkiwa haujulikani. Mtu mwenye umri mdogo anaweza kuhisi vibaya kama mkubwa akimsalimia kwa kutumia maamkio ya 'shikamoo', 'msalkheri', au 'sbalkheri'. Hali kadhalika, mtu mwenye umri mkubwa atahisi vibaya kama akisalimiwa 'habari gani?' tu na mdogo wake.

Sasa kuna mtindo mpya wa kuamkia baina ya vijana na hata baina ya watu wazima. Unaweza kusikia maamkio kama yafuatayo: 'mambo?' au 'vipi?' na mtu anaweza kujibu 'poa', 'safi', au 'fiti'. Maamkio haya ya kisasa yanaonyesha vipi lugha inavyobadilika kutokana na wakati na wazungumzaji. Hata hivyo, maamkio mengi ya aina hii huja na kutoweka na aghalabu hutumika katika miktadha isiyo rasmi.

4

❖ *Baada ya kusoma: Mazoezi ya kuzungumza na kuandika*

Tamaduni za maamkio katika jamii zinatofautiana. Eleza tofauti zilizoko baina ya maamkio ya Kiswahili na maamkio katika lugha yako.

Umesoma kwamba kuna tofauti za maamkio baina ya wazungumzaji wa Kiswahili. Je, kuna tofauti gani za maamkio katika lugha yako kutokana na sehemu ya nchi? Eleza kwa urefu tofauti hizi.

Fikiri, uko nchini Tanzania ili kufanya utafiti katika kijiji kimoja. Watoto wa kijiji hicho wameanza kukuamkia 'shikamoo'. Utajihisi vipi kuamkiwa shikamoo? Eleza juu ya hisia hizo.

B. Maamkio ya kisasa

Juma, kijana wa umri wa miaka 20, anazungumza na bibi yake, Bibi Fatuma. Juma anapenda kumtania bibi yake kwa sababu bibi yake si mkali na anapenda kucheza na kufurahi na wajukuu wake.

Juma:	Mambo bibi?
Bibi Fatuma:	Mambo gani?
Juma:	Nakuamkia bibi. Nasema 'Mambo?'
Bibi Fatuma:	Ndiyo kuamkia vipi huko? Huo ni utovu wa adabu. Niamkie vizuri.
Juma (anacheka):	Sawa bibi. Nakutania tu. Shikamoo bibi.
Bibi Fatuma:	Marahaba. Hujambo?
Juma:	Sijambo.
Bibi Fatuma:	Sasa niambie unajibu vipi mtu akikuamkia 'Mambo?'
Juma:	Unajibu 'Poa'.
Bibi Fatuma:	Nani huamkiana kwa kutumia 'Mambo'? Sijawahi kusikia.
Juma:	Bibi uko wapi? Mbona huendi na wakati? Sisi vijana husalimiana kwa kusema 'Mambo?' na pia 'Vipi?' au 'Vipi mambo?'
Bibi Fatuma:	Ama kweli Kiswahili kinabadilika!

Rafiki yake Juma, Omari, anafika nyumbani kwa Bibi Fatuma.

Omari:	Shikamoo bibi.
Bibi Fatuma:	Marahaba mjukuu wangu. Habari za nyumbani?
Omari:	Salama sana. Juma, vipi mambo?
Juma:	Fiti tu. Wewe je?
Omari:	Poa kabisa.

Vijana wawili wanaamkiana

❖ **Baada ya kusoma: Mazoezi ya kuzungumza na kuandika**

Mazungumzo hapo juu yanaonyesha kwamba kuna uhusiano maalum baina ya bibi na wajukuu wake. Eleza juu ya uhusiano huu na fananisha na uhusiano ulioko baina ya bibi na wajukuu katika jamii yako.

Katika mazungumzo haya bibi anamsahihisha mjukuu wake mwenye miaka ishirini juu ya kutoamkia kama inavyotakiwa. Je, unafikiri nini juu ya kitendo hiki cha kusahihisha watu? Katika jamii yako kuna masahihisho kama haya?

Mazungumzo haya yanaonyesha vipi lugha inavyobadilika kwa kutoa mfano wa maamkio katika Kiswahili. Ni nini mawazo yako juu ya mabadiliko haya? Je, kuna mabadiliko ya matumizi ya lugha katika jamii yako? Eleza kwa kirefu.

C.   Maelezo ya utamaduni - Umuhimu wa maamkio

Kama ilivyoelezwa hapo juu maamkio ni muhimu sana katika jamii za wazungumzaji wa Kiswahili. Kwa kawaida huwezi kuanza mazungumzo hata kama ni kuuliza njia bila ya kusalimiana hata kama unayezungumza naye humjui. Ni muhimu kuulizana hali ya afya na ile ya walio nyumbani, habari za kazi, na habari nyingine. Wakati watu wanapopigiana simu, lazima kwanza mtu anayepiga simu asalimiane na mtu aliyepokea simu badala ya kwenda moja kwa moja kueleza madhumuni ya kupiga simu hiyo. Amkio 'hujambo' linatokana na maneno mawili 'huna jambo'. Linaonyesha vipi watu wa zamani katika jamii walikuwa wakiulizana hali na kusaidiana kama wana matatizo. Maamkio kama haya yako katika lahaja nyingine za Kiswahili na lugha nyinginezo za Kibantu. Kwa mfano katika lahaja ya Kiswahili ya Kingazija watu wanaulizana 'Ngazikirio?' ikiwa na maana ya 'Je, kila kitu ni sawa?' na jawabu ni 'Ewa, ngazikirio' 'Ndiyo, kila kitu ni sawa'. Wahaya huulizana 'Agaliyo?' ikiwa na maana ya 'Kuna nini huko?' na jawabu ni 'Galungi' yaani 'Kuna mambo mazuri'.

❖ *Baada ya kusoma: Mchezo wa kuigiza*

Fikiria wewe na rafiki yako mnatembelea nchini Tanzania wakati wa kiangazi. Mlipofika uwanja wa ndege hamkujua ni usafiri gani ungewapeleka katika hoteli mliyotaka kukaa. Mnaamua kumuuliza kijana mmoja mwenye rika moja nanyi. Kijana huyo anawapa simu ya baba yake ambaye ni mwendeshaji wa teksi. Mmoja wenu anampigia simu huyo baba naye anawaahidi kuja kuwachukua. Baada ya muda mfupi anakuja na mnafurahi kukutana naye. Fanyeni mazungumzo baina yenu na kijana na baina yenu na baba yake. Baada ya kutayarisha mazungumzo hayo yakaririni na baadaye mtapewa muda wa kuyafanya darasani mbele ya wanafunzi wengine.

D.   Kuimarisha sarufi - Mazoezi ya Alama za Urejeshi *(Relative Markers)*

Kiwakilishi cha uhusiano 'amba...' kinaweza kutumika katika nyakati tano zifuatazo:

wakati wa sasa -na-	>	Maamkio **ambayo** yana**tumiwa …
wakati uliopita -li-	>	Maamkio **ambayo** yali**tumiwa …
wakati ujao -ta-	>	Maamkiyo **ambayo** yata**tumiwa…
wakati shurutia -nge-	>	Maamkio **ambayo** yange**tumiwa …
wakati kamilifu -me-	>	Maamkio **ambayo** yame**tumiwa …

Kiambishi rejeshi '-o-' kinapotokea kati kinaweza kutumiwa katika nyakati tatu zifuatazo:

wakati wa sasa -na-	>	Maamkio ya**nayo**tumiwa …
wakati uliopita -li-	>	Maamkio ya**liyo**tumiwa …
wakati ujao -ta-	>	Maamkio ya**tayo**tumiwa… au
		Maamkio ya**takayo**tumiwa

Kiambishi rejeshi –o kinapotokea mwisho kinaweza kutumiwa katika wakati mmoja:

wakati wa sasa bila ya kuonyesha -na-	>	Maamkio yatumiwa**yo** …

Zoezi la kwanza: *Jaza mapengo kwa kufuata mfano wa nomino ya kwanza*

	Nomino	Kiambishi cha kati	Kiambishi cha mwisho	Amba…..
1	mtu	ninay**e**mpenda ni mzuri	nimpenda**ye** ni hodari	amba**ye** ninampenda hayuko hapa
2.	watu			
3	mji			
4	miji			
5	tunda			
6	matunda			
7	kitabu			
8	vitabu			
9	shule			
10	shule			
11	wakati			
12	nyakati			
13	nyumbani			

Zoezi la pili: *Kuna watu na vitu mbali mbali ambavyo wewe na mwenzako mnavipenda zaidi. Ulizaneni juu ya vitu hivyo na watu hao. Jaribu kutumia alama za urejeshi zote ulizotumia katika zoezi la kwanza. Kumbuka kutumia viambishi shamirisho (object markers). Fuata mfano ufuatao:*

Mfano: Mwanafunzi wa kwanza: Unawapenda watoto gani zaidi?

Mwanafunzi wa pili: Watoto ninaowapenda zaidi ni watoto wa Mjomba. (au Watoto niwapenda**o** zaidi ni watoto wa mjomba au Watoto **ambao** ninawapenda zaidi ni watoto wa mjomba). Na wewe je?

E.   Kuimarisha msamiati

Zoezi la kwanza: *Angalia vikundi hivi vya maneno ambavyo vimetumiwa katika sehemu za A, B na C. Tumia kila kikundi katika sentensi itakayoonyesha maana kamili. Wasomee wenzako sentensi utakazoandika.*

1. kwa jumla
2. baina ya
3. mtindo wa kisasa

8

4. utovu wa adabu
5. kupitwa na wakati

Zoezi la pili: *Katika maelezo ya sehemu ya C, kikundi cha maneno 'piga simu' kimetumiwa katika sentensi ifuatayo:*

Lazima kwanza mtu anayepiga simu asalimiane na mtu aliyepokea simu badala ya kwenda moja kwa moja kueleza madhumuni ya kupiga simu hiyo.

Ifuatayo ni mifano mingine inayotumia '**piga**'. Tumia kila kikundi kwenye sentensi itakayoonyesha maana kamili kama mfano uliopewa.

Mfano: **piga simu. Nilimpigia simu** rafiki yangu ambaye yuko Kenya hivi sasa tukazungumza kwa muda mrefu kwa sababu nilitumia kadi rahisi ya simu yenye dakika nyingi.

1. piga kura
2. piga chapa
3. piga makofi
4. piga mbizi
5. piga picha
6. piga magoti

F. Orodha ya msamiati

adabu	*manners*
aghalabu	*usually*
ama	*or*
badilika	*change*
baina ya	*between*
busu	*kiss*
fiti	*fit, fine*
gumu	*difficult*
hisi	*feel*
jumla	*total*
miktadha	*contexts*
mtindo (mtindo wa kisasa)	*style (modern style)*
muhimu	*important*
poa	*cool*
papo kwa papo	*immediately*
rasmi	*official*
rika	*age group*

safi	*clean*
sahihi	*correct*
salimu	*greet*
shukuru	*thank*
sisitiza	*emphasize*
tamka	*pronounce*
tania	*tease*
taraji	*expect*
tegemea	*depend on*
ugumu	*difficulty*
utovu wa adabu	*bad manners*

Kiswahili na wasemaji wake
Kiswahili and its speakers

> **Goals:**
>
> - To develop students' communication skills through conversations, interpretations, and presentations of the information about Kiswahili language and its speakers
> - To enhance students' cultural understanding and enable them to compare cultural aspects in Kiswahili language and its speakers
> - To enable students to connect to the discipline of socio-linguistics and other related fields dealing with writing and publishing books.
> - To enhance students' ability in gathering the information through listening, reading, and researching Kiswahili language and its speakers' information.
> - To enable students to discuss Kiswahili grammatical structures and compare them with structures in students' own languages
> - To enhance students' knowledge of vocabulary, phrases, and idiomatic expressions.

A.   Lahaja za Kiswahili

❖ *Kabla ya kusoma: Mazoezi ya kuzungumza na kuandika*

Je, unajua chochote kuhusu lahaja za Kiswahili? Jiunge na wanafunzi wengine darasani na mjadili kuhusu mada hii. Andika kwa kifupi mliyoyajadili na mmoja wenu atapewa nafasi ya kuyasoma darasani.

❖ *Wakati wa kusoma: Mazoezi ya ufahamu*

Kwanini lahaja ya Kiunguja ilichaguliwa kuwa msingi wa Kiswahili sanifu?

Kwa mujibu wa habari hizi lahaja za Kiswahili huzungumzwa katika nchi ngapi za Afrika ya Mashariki?

Kiswahili sanifu hutumiwa kwenye mambo gani rasmi?

Lahaja za Kiswahili

Lahaja ni tofauti ndogo ndogo katika matamshi, maumbo na matumizi ya maneno katika maeneo mbalimbali kwa lugha yenye asili moja. Lugha ya Kiswahili ina lahaja mbalimbali. Katika lahaja hizo, Kiunguja ndiyo lahaja iliyochaguliwa kuwa msingi wa Kiswahili sanifu chetu cha sasa. Lahaja hii ilichaguliwa kwa sababu ilieleweka kwa watu wengi waliokuwa wakiiongea na ilikuwa imeenea sana katika pwani ya Afrika Mashariki kuliko lahaja nyinginezo. Kwa mujibu wa kitabu cha Kiswahili cha sekondari nchini Tanzania kilichotolewa na Taasisi ya Ukuzaji Mitaala kinachojulikana kwa jina la Kiswahili Sekondari cha mwaka 1988, katika ukurasa wa 10 kimeorodhesha lahaja zifuatazo ambazo zinazungumzwa katika Afrika Mashariki.

Chimiini: Kinazungumzwa sehemu ya Barawa katika pwani ya Somalia

Kibanjui: Kinazungumzwa pwani ya kusini mwa Somalia na sehemu za kasikazini mwa Kenya. Wengine hukiita Kigunya na Kitikuu.

Kisiu: Kinazungumzwa sehemu ya Pate

Kiamu: Kinazungumzwa sehemu za Lamu. Wengine hukiita Kilamu.

Kimvita: Kinazungumzwa pwani ya sehemu za Mombasa na Malindi.

Kivumba na Kimtang'ata: Vinazungumzwa pwani ya kaskazini mwa Tanzania

Kimakunduchi: Kinazungumzwa katika kisiwa cha Unguja

Kipemba: Kinazungumzwa katika kisiwa cha Pemba.

Kiunguja: Kinazungumzwa katika kisiwa cha Unguja

Kimafia: Kinazungumzwa Mafia.

Kitumbatu: Kinazungumzwa katika kisiwa cha Tumbatu kaskazini mwa Unguja.

Kingazija na Kinzwani: Vinazungumzwa katika visiwa vya Komoro.

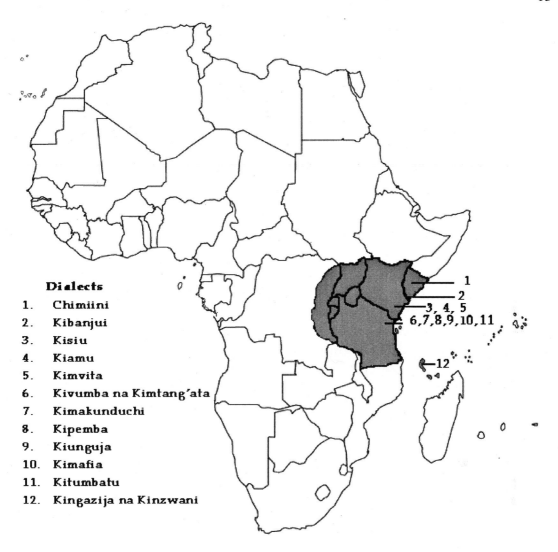

Dialects

1. Chimiini
2. Kibanjui
3. Kisiu
4. Kiamu
5. Kimvita
6. Kivumba na Kimtang'ata
7. Kimakunduchi
8. Kipemba
9. Kiunguja
10. Kimafia
11. Kitumbatu
12. Kingazija na Kinzwani

Kwa hiyo ingawa kuna Kiswahili sanifu lakini lahaja hizi na nyinginezo bado zinatumiwa na Wabantu mbalimbali. Hata hivyo Kiswahili sanifu kinatumiwa na wazungumzaji au waandishi wake katika mambo ambayo ni rasmi kama vile kufundishia katika shule za msingi nchini Tanzania, katika vyombo vya habari, utawala na ni somo maalum katika baadhi ya vyuo vikuu. Lahaja zinaweza kuwatofautisha wazumgumzaji wa Kiswahili. Wazungumzaji wa lahaja hizi wakiongea Kiswahili sanifu ni rahisi kugundua kuwa huyu mzungumzaji ni mzaliwa wa lahaja fulani au lugha nyingine.

❖ *Baada ya kusoma: Mazoezi ya kuzungumza na kuandika*

Chagua lahaja mbili za Kiswahili zilizomo katika habari halafu fanya utafiti mdogo kuhusu lahaja hizo.

14

Je, lugha ya Kiingereza inayozungumzwa nchini Marekani ina lahaja? Taja lahaja hizo kama zipo na eleza juu ya tofauti zake.

B.   Umuhimu wa lugha ya Kiswahili

Joseph na Nuru ni wanafunzi katika darasa la Kiswahili. Wanakutana na rafiki yao Yusuf katika mgahawa (mkahawa). Wanasalimiana na kuagiza vyakula. Wakati wanasubiri kuletewa vyakula Yusuf anawaomba wamweleze umuhimu wa lugha ya Kiswahili.

Yusuf:	Tafadhali ninawaomba mnieleleze umuhimu wa lugha ya Kiswahili.
Josef:	Kiswahili hutumika katika mawasiliano, mashuleni na vyombo vya habari
Nuru:	Ujuzi wa Kiswahili unamsaidia mtu kuchambua mambo bila ya kuyaata.
Yusuf:	Unasema nini tena, nini maana ya kuyaata?
Nuru:	Neno ata linatoka katika lahaja ya Kilamu na ni sawa na acha katika Kiswahili
Yusuf:	Kumbe! Mimi sikujua.
Yusuf:	Je, ni kweli Kiswahili sasa kimevuka mipaka ya Afrika Mashariki?
Nuru:	Ndiyo, kwa mfano tangu Tarehe 8 Julai mwaka 2004 lugha ya Kiswahili imeteuliwa kuwa lugha rasmi ya Umoja wa Afrika
Yusuf:	Kwa hiyo, inatumika katika mikutano ya wakuu wa nchi za Kiafrika?
Josef:	Kweli, mwaka huo Rais Chissano wa Msumbiji alihutubia mkutano wa Umoja wa Afrika kwa Kiswahili
Nuru:	Pia, Rais Kikwete wa Tanzania alitoa hotuba yake kwa Kiswahili mwaka 2006.
Yusuf:	Je, ni kwa nini Kiswahili kimekuwa lugha rasmi ya Umoja huo?
Josef:	Kwa sababu Kiswahili ni lugha ya kiafrika inayozungumzwa na watu wengi zaidi ya lugha nyingine katika nchi mbalimbali za Afrika Mashariki na Kati na ni kiwakilishi cha Afrika
Nuru:	Kiswahili kimewaunganisha wazungumzaji wake na kinaenea kwa kasi katika nchi za Afrika na dunia nzima.
Yusuf:	Kumbe! Huo ni umuhimu mkubwa wa Kiswahili
Josef:	Kiswahili ni mojawapo ya masomo ya lugha katika vyuo na shule nyingi duniani.
Nuru:	Hivyo, Kiswahili kinatumika kuelimisha wanafunzi juu ya utamaduni wa Kiafrika
Yusuf:	Kwa kweli nimewaelewa. Asante, kwa kunielimisha.
Nuru na Josef:	Asante na wewe.
Mhudumu:	Chakula chenu hiki hapa
Nuru, Josef na Yusuf:	Asante sana.

❖ *Baada ya Kusoma: Mazoezi ya kuzungumza na kuandika*

Mkiwa katika makundi ya wanafunzi wawili wawili jadili juu ya kufanana na kutofautiana kwa lugha ya Kiswahili na Kiingereza. Kisha mmoja wenu awaeleze wanafunzi wengine mliyoyajadili.

Katika mazungumzo imesemwa kuwa lugha ya Kiswahili ni kiwakilishi cha Afrika. Je, msemo huu una maana gani? Je, ni kwa namna gani Kiswahili kinawakilisha Afrika?

Fikiria kwa makini sana na ueleze kwa nini lugha ya Kiswahili ni mojawapo ya somo linalofundishwa katika vyuo na shule nyingi ulimwenguni.

C.   Maelezo ya utamaduni - Lugha na utamaduni

Mojawapo ya kazi za lugha yoyote ni kuwasilisha utamaduni wa jamii ambayo lugha hiyo inazungumzwa. Kwa maana hiyo lugha ya Kiswahili ni kielelezo cha utamaduni wa jamii ya Waswahili. Mtu akijua kuongea, kusoma, kusikiliza na kukichambua Kiswahili anajiwezesha kuujua utamaduni wa Waswahili. Hata hivyo tunapoichambua historia nzima ya lugha ya Kiswahili tunagundua kuwa hiki Kiswahili sanifu tulichonacho hakikutokea hewani kimetokana na lahaja ya Kiunguja. Lakini bado kuna maneno mengi sana kutoka katika lahaja za Kiswahili ambayo yamesanifiwa na yanatumika katika Kiswahili sanifu. Kwa mfano, neno 'acha' likiwa na maana ya kuamrishwa kuacha kufanya kitu lina maana sawa na neno 'ata' kutoka katika lahaja ya Kiamu. Neno jingine ni 'ujapojapo' ambalo lina maana ya njia ndogo huko sehemu za mashambani. Ukifanya uchunguzi wa kina katika lugha ya Kiswahili utakuta utamaduni wa Kiswahili haukujengwa kutokana na Kiswahili sanifu bali umejengwa kutokana na jamii ambazo zinaongea lahaja mbalimbali za Kiswahili. Kwa hiyo ukisikia watu wanasema Kiswahili kina wenyewe wana maana kuwa Kiswahili kina wasemaji wake ambao pia ni sehemu ya lahaja zake. Dhana hii inaonyesha kuwa japo leo tuna Kiswahili sanifu lakini bado lahaja zake kwa kiasi kikubwa zinaendeleza utamaduni wa Kiswahili kwani zina wazungumzaji ambao pia ni sehemu ya wasemaji wa lugha ya Kiswahili.

❖ *Baada ya kusoma: Mchezo wa kuigiza*

Wanafunzi wawili – mmoja ni mwanafunzi na mwingine ni mwalimu: Wakati wa kusoma mada ya lahaja za Kiswahili umefurahia kusikia kuwa kuna lahaja mbalimbali za lugha ya Kiswahili. Umeamua kuongea na mshauri wako wa masomo ili uanze kuandikia mpango wa utafiti kuhusu mada hii. Mshauri wako anataka kujua sababu zilizokufanya uchague mada hii na anataka umweleze unayoyajua hivi sasa kuhusu lahaja hizi na una malengo gani. Labda unataka kufanya utafiti wa kina huko maktabani, kwenye kompyuta, na pia ikiwezekana kutembelea sehemu za Afrika ya mashariki ambako lahaja hizi huzungumzwa.

16

D. Kuimarisha sarufi - Alama za Urejeshi katika hali ya kukanusha

Wakati wa sasa: kuna namna mbili za kukanusha, kwa kutumia kiambishi cha uhusiano 'amba-' na kwa kutumia kiambishi rejeshi kama kwenye mifano ifuatayo:

Huyu ni mwandishi anayejulikana sana > Huyu ni mwandishi **ambaye hajulikani** sana au
Huyu ni mwandishi **asiyejulikana** sana
Mtu mwenye ujuzi > Mtu ambaye ana ujuzi
Mtu asiye na ujuzi
Mambo yaliyo rasmi > Mambo ambayo si rasmi
Mambo yasiyo rasmi

Wakati wa zamani na wakati ujao: kuna namna moja tu ya kufanya hali ya kukanusha nayo ni kutumia kiambishi cha uhusiano 'amba-' kama kwenye mifano ifuatayo:

Huyu ni mwandishi aliyejulikana sana > Huyu ni mwandishi **ambaye hakujulikana** sana
Huyu ni mwandishi atakayejulikana sana > Huyu ni mwandishi **ambaye hatajulikana** sana
Mtu aliyekuwa na ujuzi > Mtu ambaye hakuwa na ujuzi
Mtu atakayekuwa na ujuzi > Mtu ambaye hatakuwa na ujuzi
Mambo yaliyokuwa rasmi > Mambo ambayo hayakuwa rasmi
Mambo yatakayokuwa rasmi > Mambo ambayo hayatakuwa rasmi

Zoezi la kwanza: Maneno yafuatayo kutoka somo hili yanatumia Alama za Urejeshi. Badilisha maneno yawe kwenye hali ya kukanusha. Kwa wakati wa sasa andika namna zote mbili. Tumia kila neno ulilobadilisha kwenye sentensi kamili

1. iliyochaguliwa
2. kilichotolewa
3. kinachojulikana
4. mnayoyajadili
5. unachojua
6. tulichonacho
7. lenye
8. yenye

Zoezi la pili: *Jaza mapengo kwenye chati ifuatayo kwa kufuata mifano uliyopewa.*

Nomino	Hali ya kawaida	Hali ya kukanusha
Mwalimu	aliye hodari	asiye hodari
Walimu	walio wazuri	wasio wazri
Mfuko		
Mifuko		
Jambo		
Mambo		
Kisiwa		
Visiwa		
Lahaja		
Lahaja		
Ujuzi		

E.   Kuimarisha msamiati

Zoezi la kwanza: *Mkiwa katika vikundi vya wanafunzi wawili wawili angalieni na mjadili matumizi ya maneno haya kama yalivyotumika katika sehemu za A, B, na C. Kisha oanisheni neno la kundi la kwanza na tafsiri yake kutoka kundi la pili kwa kuandika namba ya neno hilo katika mabano.*

Kundi la kwanza	Kundi la pili
1. lahaja	( ) *the way they talk*
2. umoja	( ) *it was chosen*
3. hutubia	( ) *speaker*
4. msingi	( ) *a certain person or thing*
5. kugundua	( ) *give a speech*
6. mzungumzaji	( ) *dialect(s)*
7. mzaliwa	( ) *unity*
8. fulani	( ) *foundation*
9. wanavyoongea	( ) *native born*
10. ilichaguliwa	( ) *to discover*

Zoezi la pili: *Wanafunzi katika kila kundi waandike na wasomeane hadithi fupi kwa kutumia maneno hayo hapo juu.*

F.   Orodha ya msamiati

agiza	*order*
asili	*nature, essence*
baadhi	*some*
bado	*yet*
bila	*without*
chaguliwa	*be chosen*
chambua	*analyze*
dhana	*concept*
dunia	*world*
elimisha	*educate*
enea	*spread*
gundua	*discover*
habari	*news*
hewani	*in the air*
hivyo	*therefore*
hutubia	*give a speech*
ingawa	*although*
ita	*call*
jamii	*social group*
jenga	*build*
julikana	*become known, popular*
juu	*up, top*
kasi	*fast*
kaskazini	*north*
katika	*in*
kielelezo	*something that explains about something else*
kilichotolewa	*that has been given*
kisiwa	*island*
kumbe	*wow (an interjection)*
kutana	*meet*
kwa mfano	*for example*
kwa sababu	*because*
lahaja	*dialects*
maalum	*special*
mada	*topic(s)*
maeneo (eneo)	*areas (area)*
mambo (jambo)	*matters (matter)*
mashariki	*east*
matumizi	*expenses*
maumbo (umbo)	*structures; forms (structure; form)*

mawasiliano	*communication*
mgahawa	*cafe*
mikutano (mkutano)	*meetings (meeting)*
mipaka (mpaka)	*boundaries; borders (boundary; border)*
mitaala (mtaala)	*curriculums (curriculum)*
mojawapo	*one of*
msingi	*foundation*
mujibu	*according*
mzawa fulani	*certain native*
namna	*type; kind*
nchi	*country*
nyinginezo	*others*
onyesha	*show*
orodhesha	*make a list*
pwani	*coast*
rahisi	*simple*
ramani	*map*
rasmi	*formal*
salimiana	*greet each other*
sambaa	*spread*
sehemu	*section*
sikiliza	*listen*
subiri	*wait*
tafadhali	*please*
tangu	*since*
tawala	*rule*
teuliwa	*be nominated*
tofautisha	*differentiate*
ujuzi	*skills*
ukurasa	*page*
ukuzaji	*enhancement, growth*
umuhimu	*importance*
unganisha	*join*
wakilisha	*represent*

Waandishi wa Afrika Mashariki
East African Writers

Goals:

- To develop students' communication skills through conversations, interpretations and presentations of the information about East African writers.
- To enhance students' cultural understanding and enable them to compare the cultural contents in Swahili books and the books written in their languages.
- To enable students to connect to the discipline of literature and other related fields.
- To enable students to discuss Kiswahili grammatical structures and compare them with structures in students' own languages
- To enhance students' knowledge of vocabulary, phrases and idiomatic expressions.

A.   Waandishi wa vitabu Afrika Mashariki:

❖ *Kabla ya kusoma: Mazoezi ya kuzungumza na kuandika*

Je, kama wewe ungekuwa mwandishi wa vitabu huko Afrika Mashariki ungeandika kuhusu aina gani ya vitabu? Kwa nini? (Kaa katika kundi la wanafunziwawili au watatu na mjadili kuhusu majibu yenu. Andika kwa kifupi mliyoyajadili na mwakilishi wa kundi lenu atapewa nafasi ya kuyasoma darasani.)

❖ *Wakati wa kusoma: Mazoezi ya ufahamu*

Mada gani muhimu zimejadiliwa katika vitabu vya waandishi Penina Mlama, Shafi Adam Shafi, na Shaaban Robert?

Mwandishi Okot p'Btek ameandika kuhusu nini kwenye vitabu vyake vya Wimbo?

Kitabu cha Njia Panda cha mwandishi Ngugi wa Thong'o kinaongea juu ya matatizo gani ya jamii?

21

Waandishi wa vitabu wa Afrika Mashariki

Katika nchi za Afrika Mashariki kuna waandishi wengi na tena maarufu katika kuandika vitabu. Waandishi hao wameandika vitabu vya riwaya, ushairi, tamthiliya, siasa, uchumi, na utamaduni.

Nchini Tanzania kuna waandishi wengi na baadhi yao ni Penina Mlama katika kitabu cha Nguzo Mama (1982) Aliongelea kuhusu ukombozi wa wanawake na jinsi wanaume wanavyoweza kusaidiana na wanawakee kufikia malengo waliyojiwekea. Naye Shafi Adam Shafi katika kitabu chake cha Kuli (1979) aliongelea maswala ya wafanyakazi mojawapo likiwa ni haki za wafanyakazi. Mwandishi mwingine ni Kezilahabi katika kitabu chake cha Gamba la Nyoka (1979) anaongelea kuhusu maswala ya kijamii na kisiasa. Kwa mfano, anaongelea jinsi matatizo yalivyoikumba Tanzania baada ya kupata uhuru ambapo wanasiasa walikuwa walafi kwa kujichukulia vitu kwa manufaa yao wenyewe. Aliongelea suala la jinsia na athari za ukoloni. Pia kitabu chake cha Rosa Mistika (1970) kinaongelea maswala mengi lakini linalojitokeza sana ni suala la jinsia. Kuna mwandishi mwingine mashuhuri ambaye kwa sasa ni marehemu lakini anakumbukwa sana kwa ustadi wake wa kuandika mashairi na riwaya. Huyu si mwingine bali ni Shaaban Robert. Yeye aliandika vitabu vingi kimojawapo kikiwa Kufikirika (1967) na Kusadikika (1951).

Huko Uganda, mwandishi mmojawapo mashuhuri ni Okot p'Bitek aliyeandika vitabu maarufu sana vinavyojulikana kwa majina ya Song of Lawino (1966) na baadaye Paul Sozigwa alikitafsiri na kukiita Wimbo wa Lawino (1975). Kitabu hiki kinaongelea matatizo mengi yanayotokana na kuchanganyika kwa utamaduni wa aina mbili na matatizo yanayowapata wanawake hasa ikiwa waume zao wana wake zaidi ya mmoja. Okot p'Bitek aliandika kitabu kingine ambacho jina lake ni Song of O'col (1984) nacho kilitafsiriwa kwa Kiswahili na Sozigwa nakukiita Wimbo wa O'col (1984). Kama kile cha kwanza na hiki kinaongelea kwa undani maswala ya kiutamaduni yaani utamaduni wa zamani na wa sasa.

Huko Kenya mwandishi mmojawapo maarufu anayejulikana sana ni Ngugi wa Thiong'o. Yeye ameandika vitabu vingi na kimojawapo ni kile kiitwacho The River Between (1965) ambacho baadaye kilitafsiriwa na kuitwa Njia Panda. Kitabu hiki kinaongelea vijiji viwili vinavyotenganishwa na mto tu lakini baada ya kuishi kama majirani wema, watu wa vijiji hivyo wanapigana kila mara kwani kijiji kimoja kilikuwa na imani juu ya dini za zamani na kingine imani ya dini za kisasa. Hizo ni baadhi tu ya athari za ukoloni. Waandishi hawa na wengine ambao hawakutajwa wameweza kuendeleza fani ya uandishi wa vitabu huko Afrika Mashariki. Wanastahili pongezi.

23

Waandishi wa vitabu wa Afrika ya Mashariki

Euphrase Kezilahabi

Ngugi wa Thiong'o

Shafi Adam Shafi

Okot p'Bitek

Shaaban Robert

❖ *Baada ya kusoma:* *Mazoezi ya kuzungumza na kuandika*

Miongoni mwa vitabu vilivyoandikwa na waandishi katika Afrika Mashariki ni vile vya ushairi, tamthiliya, na riwaya. Je, wewe unapenda vitabu vya aina gani kati ya aina hizo tatu? Kwa nini?

Mwandishi amesema waandishi wanastahili pongezi kwa kuendeleza fani ya uandishi. Je, ni kwa namna gani waandishi wa Afrika Mashariki na wa nchini mwako huendeleza fani ya uandishi?

Fanya utafiti juu ya waandishi wengine tofauti na waliomo katika kifungu cha habari ambao waliandika vitabu huko Afrika Mashariki. Waeleze wanafunzi wenzako juu ya waandishi hao na mada za vitabu vyao. Chagua waandishi wawili katika waandishi hawa na andika insha juu ya maisha yao.

Chagua mwandishi mmoja kutoka nchi yako na andika insha juu ya maisha ya mwandishi huyo na vitabu vyake.

B.   Mazungumzo baina ya wanatamthiliya

Nurati na Sara ni wanafunzi wa somo la Kiswahili katika vyuo tofauti huko Afrika Mashariki. Nurati anatoka nchini Tanzania na Sara anatoka nchini Uganda. Wamekutana wakati wa Kongamano la Waandishi wa Vitabu. Wakati wa mapumziko wameamua kuongelea kuhusu tamthiliya nchini Tanzania. Mahojiano yao yalikuwa kama ifuatavyo:

Nurati:	Je unajua chochote juu ya tamthiliya?
Sara:	Ndiyo ninajua kiasi kuhusu mambo ya tamthiliya..
Nurati:	Nieleze unachojua.
Sara:	Tamthiliya ni michezo ya kuigiza ambayo inaandikwa. Ni fani mojawapo ya fasihi andishi.
Nurati:	Je, ni kwa vipi tamthiliya ni fani ya fasihi?
Sara:	Ni fani ya fasihi kwa sababu inafanya kazi zile zile ambazo zinafanywa na kazi nyingine za fasihi kama vile riwaya na mashairi.
Nurati:	Je, ni kazi gani hizo?
Sara:	Kazi hizo ni kama vile kuelimisha, kuwakilisha, kuburudisha na kusaidia jamii kujisahihisha.
Nurati:	Kumbe! Basi, ninaona kuwa unaijua vizuri hii fani ya fasihi.
Sara:	Asante! Je, unaweza kunieleza kuhusu tamthiliya nchini Tanzania
Nurati:	Ndiyo, ninaweza kukueleza. Ungependa kujua nini kuhusu tamthiliya katika Tanzania.
Sara:	Ninaomba unifafanulie kwa kifupi baadhi ya wanatamthiliya maarufu na tamthiliya walizoziandika.
Nurati:	Wapo wanatamthiliya wengi ambao wameweza kuandika tamthiliya. Mmoja wao ni Pennina Mlama. Yeye ameandika tamthilia nyingi na

mojawapo ni <u>Nguzo Mama</u> inayohusu ukombozi wa wanawake. Tamthiliya nyingine ni <u>Harakati za Ukombozi </u>aliyoiandika kwa kushirikiana na Amandina Lihamba mwaka 1977.

Sara: Ndiyo, nimewahi kuisoma tamthiliya hiyo na nilipenda jinsi walivyoongelea maswala ya wanawake.

Nurati: Mwanatamthiliya mwingine mashuhuri ni Ebrahim Hussein. Huyu ameandika tamthiliya ya <u>Kinjeketile</u> mwaka 1970 na Mashetani mwaka 1971. Tamthiliya zake zote zinapendwa sana. Kwa sababu zinaongelea maswala ya jamii.

Sara: Kumbe! Ni yeye aliyeandika kitabu cha <u>Kinjeketile</u>. Nilikisoma zamani na nilikipenda sana..

Nurati: Je, umewahi kusikia tamthiliya ya <u>Mzimu wa Watu wa Kale</u> iliyoandikwa mwaka 1966?

Nurati: Hii bado sijaisikia.

Sara: Basi, tamthiliya hiyo ni mojawapo ya tamthiliya zilizoandikwa kwa ufundi sana na Muhammed Said Abdulla.

Sara: Je, kuna tamthiliya nyingine alizoandika zaidi ya hii ya <u>Mzimu wa Watu wa Kale</u>?

Nurati: Ndiyo, yeye ni mmoja kati ya walioandika tamthiliya nyingi. Tamthiliya zake nyingine ni <u>Kisima cha Giningi</u>, <u>Duniani Kuna Watu</u>, <u>Siri ya Sifuri</u>, <u>Mke Mmoja Waume Watatu</u>, na <u>Mwana wa Yungi Hulewa</u>.

Sara: Asante sana kwa kunielimisha kuhusu wanatamthiliya hawa na tamthiliya zao.

Nurati: Asante na wewe kwa maongezi.

Sara: Basi, tutaongea tena baadaye kwani muda wa kuanza sehemu ya pili ya kongamano umewadia.

Nurati: Sawa uwe na kongamano jema.

Sara Na wewe pia.

Picha za baadhi ya wanatamthiliya walioongelewa katika mazungumzo

Penina Mlama   *Amandina Lihamba*

Baada ya kusoma: Mazoezi ya kuzungumza na kuandika

Mkiwa katika makundi ya wanafunzi wawili wawili jadilini kufanana na kutofautiana kwa tamthiliya mbili kutoka Tanzania na mbili kutoka nchini mwenu. Kisha mmoja wenu awaeleze wanafunzi wengine mliyoyajadili.

Katika mazungumzo, maneno 'ukombozi wa wanawake' yametumika. Nini maana ya maneno haya? Je, katika utamaduni wako suala la ukombozi wa wanawake ni muhimu? Eleza.

Chagua wanatamthiliya wawili kutoka hawa wafuatao: Penina Mlama, Ebraim Hussein, Muhammed Said Abdulla, na Amandina Lihamba na ufanye utafiti juu ya kazi zao. Utafiti uzingatie tamthiliya walizoziandika na mada zilizomo katika tamthiliya hizo.

C.   Maelezo ya utamaduni - Mada za hadithi na mashairi

Waandishi wengi wa vitabu wanapoandika vitabu uandishi wao kwa kiasi fulani unatokana na utamaduni wa jamii ambamo waandishi hawa wanaishi. Ni kweli kwamba waandishi wengine wakiandika huchanganya utamaduni wa kigeni na wa jamii zao ili kuziwasilisha mada za vitabu vyao kwa kadri wanavyoona wao. Waandishi katika Afrika Mashariki huandika vitabu ili viweze kuwakilisha utamaduni wa jamii zao. Kuna mada mbalimbali ambazo zimejadiliwa na waandishi wengi katika vitabu vyao. Miongoni ni ile mada ya ukombozi wa wanawake. Mada hii imetiliwa mkazo na waandishi wengi kwani wanawake wa kiafrika wamekuwa wakifanya kazi nyingi kuliko watu wengine katika familia za Kiafrika. Hali hii imeelezwa katika baadhi ya vitabu vya mashairi, hadithi na tamthiliya. Katika vitabu hivi tunaona waandishi wakisisitiza kuwa wanawake wajikomboe kupitia mambo mengi kama vile elimu, umoja na kujihusisha katika miradi midogo midogo.

Kuna vitabu vingine ambavyo vinahimiza uendelezaji wa utamaduni wa Kiafrika. Mfano kuna washairi kama vile Kezilahabi ambao wanaona kuwa mashairi ya kimapokeo yanayofuata sheria za vina na mizani yanafuata miundo ya kigeni. Washairi kama hawa wameanzisha aina nyingine ya mashairi wakiyaita mashairi ya kisasa ambayo hayafuati sheria za vina na mizani isipokuwa yanafuata miundo ya nyimbo na mashairi ya kiutamaduni yaliyokuwepo katika makabila mbalimbali kabla ya kuja kwa wakoloni. Hata hivyo kuna washairi wengine wengi ambao hawakubaliani na washairi kama Kezilahabi. Kezilahabi na wenzake wanasema kuwa shairi si muundo au mizani na vina vilifanyalo kuimbika bali shairi ni maudhui yaliyomo na haya yanaweza kuwasilishwa kupitia muundo wowote. Hata hivyo, maelezo yote haya ya kiutamaduni yanalenga katika jambo moja tu kuwa waandishi wakiandika hawawezi kukimbilia kuandika kuhusu utamaduni wa watu wengine bila kupitia katika utamaduni wao. Kwa kuuelewa utamaduni wa jamii zao, waandishi wana nafasi kubwa ya kuyaelewa kwa mapana yaliyomo katika utamaduni huo.

❖ *Baada ya kusoma: Mchezo wa kuigiza*

Wanafunzi watatu – kila mmoja katika kikundi apate nafasi ya kuwa mtoaji hadithi au mwimbaji: Fikiri wewe ni mtoaji hadithi wa Kiswahili au mwimbaji. Unakutana na watoto wawili wa jirani yako na wanataka uwatolee hadithi au uwaimbie nyimbo. Mwisho wa hadithi (au baada ya kuimba) wanataka kujua hadithi (au nyimbo) ina ujumbe gani. Tayarisha hadithi fupi (au nyimbo). Kabla ya mazungumzo haya, fanya utafiti juu ya mojawapo ya fasihi simulizi hizi. Hakikisha kama ukiamua kufanya utafiti wa hadithi uwe tayari kusimulia hadithi. Kama ukichagua nyimbo hakikisha unatafiti namna ya kuimba wimbo huo pia. Unahitaji kujua kuwa hadithi au wimbo uliopata wakati wa utafiti una umuhimu gani katika jamii. Tayarisha maswali mbalimbali ambayo wanafunzi wenzako watajibu wakati wa majadiliano.

D.   Kuimarisha sarufi - Matumizi ya kiambishi rejeshi -vyo-

Katika somo hili tumeona matumizi ya kiambishi rejeshi -**vyo**- yenye maana ya vipi kitendo kinafanywa kwa kutumia maneno haya **jinsi** na **kadri**. Kiambishi -**vyo**- kinaweza pia kuambatana na **kama, namna,** au **kiasi**.

*Zoezi la kwanza: Tafuta sentensi nne katika sehemu ya A, B na C zilizotumia **jinsi** na **kadri** pamoja na kiambishi rejeshi -**vyo**-. Zungumza na wenzako darasani maana ya sentensi hizi na zina tofauti gani na matumizi ya -**vyo**-*

     1.
     2.
     3.
     4.

Sasa andika sentensi zako mwenyewe kwa kutumia **jinsi** na **kadri**

*Zoezi la pili. Tafuta kwenye makala mbali mbali za Kiswahili sentensi zilizotumia **namna, kama, kiasi** pamoja na kiambishi rejeshi -**vyo**-. Wasomee wenzako sentensi zako.*

     1.
     2.
     3.

Wewe na wenzako andikeni hadithi fupi kwa kutumia kiambishi rejeshi -**vyo**- pamoja na **jinsi, kadri, kama, namna,** na **kiasi**.

28

E.   Kuimarisha msamiati

Zoezi la kwanza: Mkiwa katika vikundi vya wanafunzi wawili wawili angalieni na mjadili matumizi ya maneno haya kama yalivyotumika katika sehemu A, B na C. Kisha oanisheni neno la kundi la kwanza na tafsiri yake kutoka kundi la pili kwa kuandika namba ya neno hilo katika mabano. Wanafunzi katika kila kundi waandike na wasomeane hadithi fupi kwa kutumia maneno haya.

Kundi la kwanza	Kundi la pili	
1. ukombozi	(	) *plays*
2. uchumi	(	) *the way they see*
3. tamthiliya	(	) *he/she is well known*
4. mada	(	) *deceased*
5. haki	(	) *liberation*
6. ubaguzi wa rangi	(	) *topic*
7. maarufu	(	) *economy*
8. kwa kadri wanavyoona	(	) *racial discrimination*
9. marehemu	(	) *famous*
10. anajulikana	(	) *rights*

Zoezi la pili: Mkiwa katika vikundi vya wanafunzi wawili wawili angalieni na mjadili matumizi ya maneno haya kama yalivyotumika katika sehemu za A , B, na C. Tungeni sentensi itakayoonesha maana kamili kwa kila neno.

1. utamaduni
2. kijiji
3. anajulikana
4. manufaa
5. kusaidiana
6. ukoloni

F.   Orodha ya msamiati

athari za ukoloni	*colonial impacts*
baadaye	*later*
baadhi	*some*
bali	*but*
burudisha	*entertain*
changanya	*mix*
chochote	*anything*
duniani	*in the world*

elimisha	*educate*
fafanua (unifafanulie)	*explain clearly (explain for me)*
fasihi andishi	*written literature*
harakati	*struggles, activities*
imani juu ya dini za zamani	*faith if traditional religions*
imani ya dini za kisasa	*faith if modern religions*
jamii	*society, community*
jua (anayejulikana)	*know (one who is known)*
kiasi.	*about*
kisima	*well (of water)*
kongamano	*conference; meeting; symposium*
kimbilia	*run to*
kwa kifupi	*in short*
lenga (yanalenga)	*target (they target)*
maarufu	*famous*
maelezo	*explainations*
maongezi	*talks, conversations*
marehemu	*some one who passed away*
mashetani	*devils, satans*
mashuhuri	*famous*
maswala ya wanawake	*women issues*
matatizo (tatizo)	*problems*
miradi (mradi)	*projects*
mkazo	*emphasis*
muundo	*structure*
nafasi	*opportunity (opportunities)*
omba (ninaomba)	*request; beg (I request, I beg)*
riwaya	*long written story*
sahihisha (kujisahihisha)	*correct (correct oneself)*
saidia (saidiana)	*help (help each other)*
shirikiana	*collaborate; work together*
siasa	*politics*
tamthiliya (wanatamthiliya)	*drama, play, theatre (writers of dramas ..)*
uchumi	*economy*
ukoloni	*colonialism*
ukombozi	*liberation*
utamaduni (utamaduni wa kigeni)	*culture (foreign culture)*
vijiji (kijiji)	*villages*
waandishi (mwandishi)	*writers*
wadia	*arrive*
zamani	*long ago*

Fasihi simulizi
Oral literature

Goals:

- To develop students' communication skills through conversations, interpretations and presentations of the information about oral Kiswahili Literature.
- To enhance students' cultural understanding and enable them to compare and contrast both Swahili proverbs and the proverbs from their own languages through literature.
- To enable students to connect to the discipline of socio-linguistics and other related fields dealing with oral literatures.
- To enable students to discuss Kiswahili grammatical structures and compare them with structures in students' own languages.
- To enhance students' knowledge of proverbs, vocabulary, phrases, and idiomatic expressions.

A.   Fasihi simulizi

❖ *Kabla ya kusoma: Mazoezi ya kuzungumza na kuandika*

Wewe na mwenzako zungumzeni juu ya mada za fasihi katika lugha yako. Kisha mmoja wenu ayaandike ubaoni mliyoyajadili ili yajadiliwe na wanafunzi wote.

❖ *Wakati wa kusoma: Mazoezi ya ufahamu*

Je, unafikiri kwa nini mwandishi amesema fasihi simulizi ni kielelezo cha maisha ya jamii? Toa mifano kuthibitisha jibu lako.

Eleza maana ya methali zilizotajwa katika kifungu hiki cha habari.

Eleza aina mbili za umbo la methali.

Fasihi simulizi

Maana ya jumla ya fasihi ni kielelezo au kiwakilishi cha maisha ya jamii fulani. Kwa kuangalia maana hii tunaweza kuhitimisha kuwa Fasihi ya Kiswahili ni kielelezo au kiwakilishi cha maisha ya jamii ya Waswahili. Maisha haya ya jamii ya Waswahili yana mambo mbalimbali kama vile mila, desturi, utamaduni, majukumu katika familia na

31

sehemu za kazi na mambo mengine mengi. Mambo haya yote ambayo ni sehemu ya jamii ya Waswahili husimuliwa katika jitihada za kuelimisha watu mbalimbali.

Japo kuna tanzu nyingi za fasihi simulizi kama vile vitendawili, mashairi, n.k., kifungu hiki cha habari kitaongelea kwa kirefu utanzu mmoja tu ambao ni methali. Methali ni aina mojawapo ya misemo yenye busara ambayo hutumiwa na watu wengi katika mambo mbalimbali. Ni misemo mifupi mifupi lakini yenye maana kubwa ambayo kwa kawaida haionekani kwa juu juu. Kwa kawaida methali ina maana za aina mbili. Mojawapo ni maana ya juu na nyingine ni maana ya ndani. Maana zote hizo mbili ni muhimu lakini kwa watu wanaotumia methali huwa wamelenga kuwasilisha ujumbe wao kupitia maana ya ndani. Hebu tuangalie mfano wa methali ifuatayo: *Matendo hukidhi haja maridhawa kuliko maneno*. Katika kuiangalia methali hii kwa maana ya juu tunaona ina maana ya wazi kuwa matendo ni bora kuliko maneno. Lakini tukiingalia kwa maana ya ndani hapo ndipo tunahitaji kutumia muda na mifano madhubuti katika kufikia hitimisho la uchambuzi wetu. Kwanza, kwa kuliangalia neno *matendo* lazima tufikirie ni maneno mengine gani yanayoweza kulinganishwa na neno hilo. Kwa mfano maneno kama vile 'kusoma', 'kutimiza ahadi', 'kutembelea watu', 'kusaidia masikini' na mengine mengi. Basi, kwa njia hiyo tumeshaona kuwa kumbe neno 'matendo' lina maana nyingine nyingi mno kutegemea kwa nini msemaji au msimuliaji anatumia neno hilo.

Tukiangalia sehemu ya pili ya methali hiyo ina neno jingine yaani *maneno*. Je, ni maneno gani mengine ambayo tunaweza kuyaweka hapo? Maneno hayo ni kama vile *kutoa ahadi za uongo* au *kutoa usemi usio kweli*. Basi, ukimaliza kuyaangalia maneno muhimu katika methali kama ilivyoelezwa hapo juu, unatafuta maana ya methali nzima. Kama methali inasema *matendo hukidhi haja* hii ina maana kuwa kutimiza ahadi au kusema maneno ya kweli ni bora zaidi kuliko kusema tu. Ni kwa njia hii tunaweza kufikia malengo yetu kwani maneno matupu hayatufikishi popote.

Kwa kawaida methali zina umbo la aina kuu mbili. Kwa mfano methali, *Asiyesikia la mkuu huvunjika guu,* ina miundo miwili yaani tegemezi na huru. *Asiyesikia la mkuu* ni muundo tegemezi na *huvunjika guu* ni muundo huru. Ili wanafunzi waweze kuzielewa na kuchambua methali, mwalimu anaweza kufanya mchezo wa methali ambapo ataunda makundi mawili ya wanafunzi. Kundi la kwanza litasema muundo tegemezi na la pili litajazia kwa kusema muundo huru kama ifuatavyo:

Kundi la kwanza	**Kundi la Pili**
Haraka haraka -------	haina baraka
Akumulikaye mchana --------	usiku atakuchoma
Aisifuye mvua --------	imemnyea.
Mtaka cha mvunguni -------	sharti ainame.
Pole pole ya kobe --------	humfikisha mbali

Kwa kufanya mchezo huu wa methali wanafunzi wanaweza kuzoea kuzichambua methali kimuundo na baadaye mwalimu anaweza kuongoza majadiliano ya kuchambua maana ya kila muundo na baadaye maana ya methali nzima.

Kwa hiyo katika kuzichambua methali tunaangalia umbo la hiyo methali na maana zake ya nje na ndani. Pia tunaweza kujiuliza kuwa methali hiyo inaweza kutumika katika mazingira ya aina gani. Kwa mfano *matendo hukidhi haja maridhawa kuliko maneno* inaweza kutumika kumkanya mtoto asiyesema ukweli. Mwanasiasa pia anaweza kutumia methali hiyo kuonyesha kuwa aliyoyaahidi ameyatimiza au watu waliompigia kura mwanasiasa huyo wanaweza kuitumia methali hii kumsuta kwa kutotimiza aliyoyasema au kuyaahidi wakati wa uchaguzi.

❖ *Baada ya kusoma: Mazoezi ya kuzungumza na kuandika*

Habari hii uliyoisoma inahusu fasihi simulizi. Je, fasihi simulizi ya Kiswahili ni sawa sawa na fasihi simulizi katika lugha yako ya kwanza? Toa angalao mifano mitatu kuonyesha kufanana na kutofanana kwa jamii zote mbili.

Taja tanzu mbalimbali za fasihi simulizi. Chagua tanzu mbili na ufanye utafiti kuhusu maana, umuhimu na jinsi ya kuzitumia katika mazingira tofauti tofauti.

Kifungu cha habari kimeeleza umuhimu wa kujua kuzichambua methali? Tafuta methali mbili nyingine za Kiswahili na uzichambue ukizingatia muundo na maana.

B.   Umuhimu wa hadithi

Wanafunzi wawili wa somo la fasihi ya Kiswahili wamekutana katika ndege iendayo London ikitokea Dar-Es-Salaam. Katika mazungumzo yao mmoja wao ameibua suala la umuhimu wa hadithi katika jamii na wakaanza kujadiliana juu ya suala hilo. Majadilino yao yalikuwa kama hivi ifuatavyo:

Amon:	Hujambo?
Hashim:	Sijambo? Habari zako?
Amon:	Nzuri sana. Jina langu ni Amon na mimi ni mwanafunzi wa fasihi katika Chuo kikuu cha Nairobi. Na wewe je?
Hashim:	Mimi ninaitwa Hashim, mwanafunzi wa fasihi katika Chuo Kikuu cha Dar-Es-Salaam.
Amon:	Je, unasafiri kuelekea wapi?
Hashim:	Ninaelekea katika jiji la London nchini Uingereza kuhudhuria mkutano wa Chama cha Fasihi za Kiafrika
Amon:	Kumbe! Mimi ninakwenda kumtembelea binamu yangu. Je, utawasilisha mada yoyote?
Hashim:	Ndiyo, katika mkutano huo mimi nitawasilisha mada ya umuhimu wa

	hadithi katika jamii ya Waswahili .

Amon: Kumbe! Hiyo ni mada nzuri sana. Ninaipenda mada hiyo.

Hashim: Kwa nini unaipenda mada hiyo?

Amon: Kwa sababu mimi ninazipenda tanzu zote za fasihi simulizi. Je, kila mtu anaweza kuja kuhudhuria mkutano huo?

Hashim: Ndiyo, unakaribishwa sana.

Amon: Asante sana. Je, hadithi zina umuhimu gani?

Hashim: Umuhimu wa hadithi ni kuelimisha, kuburudisha na kuonya wasomaji au wasikilizaji. Je, unajua ni kwa namna gani hadithi huonya watu?

Amon: Ndiyo, Kwa mfano, mtu akiwa na tabia fulani na akasikiliza hadithi ambayo mhusika mmojawapo alikuwa na tabia kama yake na kwa sababu ya tabia yake alipata matatizo basi mtu huyo anaweza kufikiria kubadilisha tabia yake.

Hashim: Je, una mfano hai wa hadithi yenye maonyo kama hayo?

Amon: Ndiyo, kuna hadithi ya marafiki watatu wanaume. Wawili walikuwa na elimu lakini bila busara na mmoja alikuwa na busara bila elimu.

Hashim: Kwa hiyo ilikuwaje?

Amon: Basi, siku moja walikwenda porini na kuona mzoga wa simba aliyekuwa amekufa. Wale wawili wenye elimu walisema lazima tumtie uhai huyu simba ili atembee tena. Lakini yule mwenzao aliwaambia kuwa wasifanye hivyo kwani simba huyo akiwa hai atawaua.

Amon: Kwa hiyo, waliachia hapo hawakumweka uhai kwa kuogopa kuwa akiwa hai atawaua?

Hashim: Hapana, hawakumsikiliza mwenzao yule mwenye busara bila elimu. Walianza kuunganisha mifupa na ngozi na kuweka damu na roho.

Amon: Wote watatu walishirikiana kumrudishia uhai simba?.

Hashim: Asante kwa kunikumbusha sehemu hiyo niliisahau. Yule wa tatu aliamua kupanda juu ya mti baada ya kuona kuwa wenzake hawakumsikiliza.

Amon: Kwa hiyo ikawaje?

Hashim: Ghafla simba akapata uhai na kuwaua wale watu wawili waliokuwa na elimu.

Amon: Masikini, balaa liliwakuta!

Hashim: Ndiyo, liliwakuta na elimu yao haikuwasaidia kuwaponya.

Amon: Yule mwenye busara aliokoka?

Hashim: Ndiyo, aliokoka kwa kuwa alikuwa juu ya mti. Alisubiri hadi simba alipoondoka naye akashuka kutoka juu ya mti na kwenda zake nyumbani kuwaeleza watu yaliyotokea huko porini.

Amon: Kwa hiyo, tunajifunza kuwa elimu ikitumika vibaya inaweza kuleta madhara.

Hashim: Ndiyo, hadithi hii inatuonya kuwa kabla hatujafanya chochote hata kama sisi ni wasomi kiasi gani ni lazima tufikirie madhara yanayoweza kutupata. Na vile vile tuwasikilize wenzetu hata kama hawakusoma.

Amon:	Hii ni hadithi nzuri sana lakini inasikitisha hapo mwishoni.
Hashim:	Ndiyo mara nyingi hadithi za kuonya huwa zinakuwa hivyo mwishoni ili kumfanya msikilizaji au msomaji aogope na kubadilisha tabia yake.

Baadhi ya vitabu vya fasihi simulizi

❖ *Baada ya Kusoma: Mazoezi ya kuzungumza na kuandika*

Mkiwa katika makundi ya wanafunzi wawili wawili jadilini kufanana na kutofautiana kwa umuhimu wa hadithi za Kiswahili na hadithi katika lugha zenu za kwanza. Kisha mmoja wenu awaeleze wanafunzi wengine muhtasari wa yale mliyoyajadili.

Katika mazungumzo baadhi ya kazi za hadithi ni kuonya, kuburudisha na kuelimisha. Eleza ni kwa vipi hadithi zinatekeleza wajibu huo.

Ukiwa na wanafunzi wengine wawili fikirini kwa makini sana na mjadili juu ya msemo ufuatao: 'methali ni kioo cha jamii'. Tumieni mifano kuthibitisha majibu yenu.

C.   Maelezo ya utamaduni - Malengo ya Fasihi Simulizi

Fasihi simulizi ni muhimu katika jamii kwa sababu kwa kupitia fasihi hiyo wasanii, waandishi au washairi huweza kusimulia au kueleza malengo mbalimbali – kuelimisha, kuburudisha, na kuwasilisha utamaduni wa jamii. Wanafasihi simulizi hutayarisha tanzu zake kama vile methali, nyimbo, vitendawili, na hadithi wakiwa na lengo la kutaka jamii zao ziweze kuzisikiliza na kuzichambua tanzu hizo zenye kulenga maadili bora ya jamii.

Huko nyuma fasihi simulizi ilikuwa ikitolewa kwa mdomo tu lakini kwa ajili ya maendeleo ya sayansi na teknolojia siku hizi fasihi simulizi inaweza kuandikwa au kuweka kwenye CD au DVD. Hata hivyo hii haiondoi sifa ya kuwa fasihi simulizi kwa sababu zinaposikiliwa huwa kuna msimuliaji na wasikilizaji. Tunaweza kusema kuwa teknolojia imesaidia kuzihifadhi tanzu za fasihi simulizi.

❖ *Baada ya kusoma: Mchezo wa kuigiza*

Fikiri kwamba wewe na mwanafunzi mwingine nyote wawili ni watafiti wa waandishi wa Afrika. Tafuteni habari juu ya waandishi watatu (wawili wa Afrika ya Mashariki na mwingine kutoka sehemu nyingine na mmoja wa waandishi hao awe na jinsia tofauti). Tafuta yafuatayo: historia ya kila mwandishi, vitabu alivyoviandika, mada kuu zilizomo katika vitabu vyake na mengine kadri mtakavyoona. Baada ya kukusanya habari za waandishi hao, tayarisheni maonyesho ya wazi kwa kutumia ubao wa maonyesho (Display board) au 'power point' na mjiandae kueleza kila kitu mtakachokiweka katika ubao huo na kujibu maswali.

D.   Kuimarisha sarufi - Hali ya kusababisha kwa kutumia viambishi -sha na -za

Katika somo hili tumeona maneno yenye maana ya kusababisha yaliyotumia viambishi **-sha** na **-za** kama mifano ifuatayo:

Kuhitimisha kutokana na *kuhitimu*
Kulinganisha kutokana na *kulingana*

Maneno yafuatayo yametumia kiambishi **-za.**

Kutimiza kutokana na *kutimia*
Kusikiliza kutokana na *kusikia*

Zoezi la kwanza: Soma tena sehemu za A, B, na C na utafute mifano mingine yenye viambishi -sha na -za. Tumia maneno haya kwenye sentensi zako mwenyewe. Tafuta maneno matatu yenye kiambishi -sha na maneno mawili yenye kiambishi -za.

    1.
    2.
    3.
    4.
    5.

Zoezi la pili: Angalia maneno yafuatayo na jaribu kuyabadilisha yawe na maana ya kusababisha. Maneno gani yanaweza kubadilishwa kwa kutumia kiambishi –sha, maneno gani yanatumia kambishi -za, na maneno gani yanaweza kutumia viambishi vyote viwili?

    1. kulia
    2. kuchungua

3. kuenda
4. kukimbia
5. kula
6. kupotea
7. kuchoka
8. kusema
9. kuchapa
10. kupaa

E: Kuimarisha Msamiati

Zoezi la kwanza: *Mkiwa katika vikundi vya wanafunzi wawili wawili angalieni na mjadili matumizi ya maneno haya kama yalivyotumika katika sehemu A, B na C. Kisha oanisheni neno la kundi la kwanza na tafsiri yake kutoka kundi la pili kwa kuandika namba ya neno hilo katika mabano. Wanafunzi katika kila kundi waandike na wasomeane hadithi fupi kwa kutumia maneno haya.*

Kundi la kwanza	Kundi la pili
1. uchambuzi	( ) *in the forest*
2. masikini	( ) *proverbs*
3. muundo	( ) *structure*
4. methali	( ) *lie*
5. matendo	( ) *mirror*
6. kutayarisha	( ) *harm*
7. uongo	( ) *analysis*
8. porini	( ) *to prepare*
9. madhara	( ) *actions*
10. kioo	( ) *poor person*

Zoezi la pili: *Mkiwa katika vikundi vya wanafunzi wawili wawili angalieni na mjadili matumizi ya maneno haya kama yalivyotumika katika sehemu za A , B, na C. Tumieni kila neno kwenye sentensi itakayoonyesha maana kamili.*

1. majukumu
2. ahadi
3. wamelenga
4. maonyo
5. balaa
6. kuburudisha

F.   Orodha ya msamiati

amali	*prospect*
amua	*decide*
balaa	*misfortune*
binamu	*cousin*
bora	*better*
burudisha	*entertain*
busara	*wisdom*
ghafla	*suddenly*
hadithi	*story*
hudhuria	*attend*
lazima	*must*
maadili	*good manners*
maendeleo	*development*
majukumu	*responsibilities*
malengo	*goals, purpose*
methali	*proverbs*
mifupa	*bones*
mzoga	*stinking dead body of an animal*
ngozi	*skin*
nyimbo	*songs*
nyuma	*behind, back*
okoa (okoka)	*rescue (be rescued)*
ondoa	*take way*
onya	*warn*
penda	*like, love*
rudisha (kumrudishia uhai)	*return something (return life to him/ her/ it)*
sahau.	*forget*
sayansi	*science*
simulia (simulia hadithi)	*tell (tell a story)*
subiri	*wait*
tanzu	*parts*
tenda	*do something*
vitendawili	*riddles*
washairi	*poets*
wasilisha	*present, do a presentation*

Siasa katika Afrika ya Mashariki
Politics in East Africa

Goals:

- To develop students' communication skills through conversations, interpretations and presentations of the information about political parties in East Africa.
- To enhance students' cultural understanding and enable them to compare the culture of political parties and general elections in East Africa to those of students' own countries.
- To enable students to connect to the discipline of political science and other related fields.
- To compare cultures related to political parties and elections in East Africa and in their own countries.
- To enable students to discuss Kiswahili grammatical structures and compare them with structures in students' own languages.
- To enhance students' knowledge of vocabulary, phrases and idiomatic expressions used in politics.

A.   Historia ya vyama vya siasa vya Afrika ya Mashariki

❖ *Kabla ya kusoma: Mazoezi ya kuzungumza na kuandika*

Bila ya kujali wewe ni mwanachama wa chama gani, zungumza juu ya historia ya vyama vya siasa kwa jumla katika nchi yako.

❖ *Wakati wa kusoma: Mazoezi ya ufahamu*

Wananchi wa nchi za Afrika ya Mashariki walifanya nini ili wafanikiwe kujiondoa kutoka utawala wa wakoloni na kupata uhuru wao?

Visiwa vya Zanzibar vilikuwa chini ya uongozi wa sultani na pia vilikuwa chini ya hifadhi ya Uingereza. Wananchi wa visiwa hivi iliwabidi wafanye nini ili waondoe tawala zote mbili?

Kifungu cha habari kimetaja vyama tawala katika Kenya, Tanzania, na Uganda. Kwa mujibu wa kifungu hiki cha habari, vyama hivi vimekuwa madarakani kwa muda wa miaka mingapi wakati waandishi walipoandika kitabu hiki?

Historia ya vyama vya siasa vya Afrika ya Mashariki

Vyama vya siasa vilianzishwa wakati wa ukoloni ambapo wananchi wa nchi za Afrika ya Mashariki, Kenya, Uganda na Tanzania, walianza harakati za kupigania uhuru wao. Wakati huo Jamhuri ya Muungano wa Tanzania ilikuwa bado haijaundwa. Kabla ya kuundwa kwa Jamhuri ya Muungano wa Tanzania, kulikuwa na nchi mbili tofauti: nchi ya Tanganyika na nchi ya Zanzibar. Wananchi wa nchi zote za Afrika ya Mashariki walikuwa na hamasa ya kujiondoa katika mnyanyaso wa ukoloni na ubeberu. Vyama mbali mbali vilifanya kazi kwa pamoja kupigania uhuru na kuchagua marais wa kuongoza nchi kwa njia ya demokrasia.

Tanganyika kulikuwa na chama cha TANU kilichoanzishwa mwaka 1954 na Hayati Mwalimu Julius Kambarage Nyerere. Mwalimu Nyerere pamoja na viongozi wengine kwa kupitia chama cha TANU waliweza kunyakua uhuru wa nchi ya Tanganyika kutoka kwa Waingereza tarehe kumi mwezi wa kumi na mbili mwaka 1961. Wakati huo Zanzibar ilikuwa bado chini ya hifadhi ya Waingereza na pia kulikuwa na mfumo wa ufalme wa Kiomani. Katika visiwa vya Unguja na Pemba, yaani Zanzibar, kulikwa na vyama vya ZNP na ASP na baadaye kuliongezeka chama kimoja chengine cha ZPPP. Chama cha ZNP kilishinda uchaguzi wa mwaka 1963 na kushika uongozi wa serikali huru kutoka kwa Waingereza. Wakati huo mfalme mwenye asili ya Omani alikuwa kiongozi mkuu wa Zanzibar na Bwana Ali Muhsin Barwani alikuwa waziri mkuu. Wanachama wa ASP hawakufurahishwa na utaratibu wa kuwepo uongozi wa sultani katika visiwa vya Unguja na Pemba na walijumuika kuandaa mapinduzi ya kumwondoa sultani madarakani. Mapinduzi ya Zanzibar yalitokea tarehe kumi na mbili mwezi wa kwanza mwaka 1964, mwezi mmoja tu baada ya kupatikana uhuru kutoka kwa Waingereza. Katika mwezi wa Aprili mwaka 1964, nchi za Zanzibar na Tanganyika ziliungana kufanya nchi moja, Jamhuri ya muungano wa Tanzania: 'Tan' kutoka Tanganyika na 'Zan' kutoka Zanzibar. Mwalimu Julius Nyerere alikuwa rais wa Jamhuri na Sheikh Abeid Amani Karume alikuwa rais wa visiwa vya Zanzibar na makamu wa rais wa Tanzania. Chama cha ASP na chama cha TANU viliungana kufanya chama cha CCM mnamo mwaka 1977. Uchaguzi wa rais na wanachama wa bunge ulifanywa kila baada ya miaka mitano, na kwa muda wa miaka kadhaa iliyofuatia kulikuwa na chama kimoja tu cha TANU katika Tanzania bara na chama cha ASP huko Visiwani, na kuanzia mwaka 1977 mpaka 1995 kulikuwa na chama kimoja tu, chama cha CCM, nchini kote Tanzania. Mnamo mwaka 1995 kwa mara ya kwanza tangu kupatikana uhuru, kulifanyika uchaguzi ulioshirikisha vyama vingi lakini chama cha CCM kilivishinda vyama vingine na kimeendelea kupata ushindi. Hivi sasa Tanzania imo katika awamu ya nne ya urais. Marais wa Tanzania kutoka awamu ya kwanza mpaka ya nne ni : Mwalimu Julius Nyerere, Alhaj Ali Hassan Mwinyi, Bw. Benjamin Mkapa, na Bw. Jakaya Kikwete.

Nchini Kenya kulikuwa na vyama vikuu viwili KANU na KADU. Vyama hivi vilishindana katika kupigania uhuru kutoka kwa Waingereza. Kenya ilipata uhuru wake tarehe kumi na mbili mwezi wa kumi na mbili mwaka 1963. Chama cha KANU chini ya uongozi wa hayati Mzee Jomo Kenyatta kilishinda uchaguzi. Wanachama wa chama cha KADU walijiunga na KANU kuongoza Kenya huru. Chini ya uongozi wa Mzee Kenyatta na baada ya kifo chake, chini ya uongozi wa Rais Daniel Arap Moi, uchaguzi nchini Kenya ulikuwa wa chama kimoja tu. Mfumo huu unafanana na mfumo wa awali wa Tanzania. Mfumo wa chama kimoja uliendelea mpaka mwaka 1991 wakati katiba ya Kenya iliporekebishwa kuruhusu mfumo wa vyama vingi. Kwa miaka arobaini tangu kupata uhuru Chama cha KANU kiliendelea kushinda mpaka mwaka 2002 ambapo chama kipya cha NARC kiliposhinda na bwana Mwai Kibaki kuwa rais wa Kenya.

Nchini Uganda kulikuwa na vyama mbali mbali. Kulikuwa na chama cha mfalme wa Buganda Kabaka Edward Mutesa. Hayati Milton Obote ambaye alikuwa rais wa kwanza wa Uganda alikuwa mwanachama na kiongozi wa UPC. Uganda ilipata uhuru wake kutoka Uingereza mwaka 1963 na baadaye katika mwaka 1966 Kabaka aliondolewa madarakani. Uganda ina historia ndefu ya matatizo. Idi Amin ambaye alikuwa jenerali wa jeshi la Uganda aliipindua serikali ya Milton Obote na kujiweka madarakani. Idi Amin alijaribu kuivamia Tanzania lakini Tanzania ilipigana naye na kumwondosha madarakani. Idi Amini alikimbilia nchi ya Saudi Arabia ambako alifia mwaka 2003. Milton Obote alirudia tena urais wa Uganda kutoka mwaka 1979 mpaka mwaka 1985. Hatimaye aliondolewa madarakani na wapiganaji wa NRM na kukimbilia Zambia ambako alikutana na kifo chake. Hivi sasa rais wa Uganda ni Yoweri Museveni ambaye alichukua madaraka tangu mwaka 1986. Museveni aliunda chama cha FRONASA na baadaye chama cha NRM.

Kirefu cha vyama vya nchi za Afrika ya Mashariki

Tanzania : ASP (Afro-Shirazi Party) ; CCM (Chama cha Mapinduzi); TANU (Tanganyika African National Union); ZNP (Zanzibar Nationalist Party); ZPPP (Zanzibar and Pemba Peoples' Party).

Kenya: KADU (Kenya African Democratic Union); KANU (Kenya African National Union); NARC (National Rainbow Coalition)

Uganda : UPC (United People's Congress) ; FRONASA (Front for National Salvation) ; NRM (National Resistance Movement)

❖ *Baada ya kusoma: Mazoezi ya kuzungumza na kuandika*

Fananisha vyama vya siasa vya nchi moja ya Afrika ya Mashariki na vyama vya siasa vya nchi yako..

Angalia picha za marais wa nchi za Afrika ya Mashariki. Chagua marais wawili na fanya utafiti juu ya maisha yao na kazi zao za urais pamoja na athari (manufaa au matatizo) waliyoletea nchi zao na nchi nyingine. Andika insha na pia zungumza juu ya utafiti wako pamoja na wanafunzi wengine.

42

Kifungu cha habari kimetaja kwamba Uganda ina histora ndefu ya matatizo ya kisiasa. Fanya utafiti juu ya matatizo hayo, andika insha na fanya majadiliano pamoja na wanafunzi wengine. Linganisha matatizo ya siasa ya Uganda na matatizo katika nchi moja nyingine duniani.

Mwalimu Julius Nyerere

Jenerali Idi Amin Dada

Rais Yoweri Museveni

Rais Milton Obote

Rais Jomo Kenyatta

Rais Abedi Amani Karume

B. Uchaguzi wa rais nchini Tanzania

Marafiki watatu, Juma kutoka Tanzania, Jane kutoka Kenya na George kutoka Uganda wanazungumza juu ya uchaguzi wa rais katika nchi zao na matatizo yanayotokea wakati wa uchaguzi.

Juma: Mwaka 2005, kulikuwa na uchaguzi wa rais katika Tanzania na sasa tuna rais mpya Rais Jakaya Kikwete.

George: Je, rais Kikwete ni wa chama gani?

Juma : Chama cha CCM bila shaka! Tanzania ilianzisha uchaguzi wa vyama vingi tangu mwaka 1995 lakini CCM imefululiza kushinda uchaguzi.

Jane: Kwanini unafikiri ni hivyo? Kwa nini vyama vya upinzani vya Tanzania haviungani vikafanya kazi kwa pamoja kuishinda CCM? CCM si imekuwa madarakani tangu ilipoundwa? Mwaka gani vile?

Juma: Mwaka sabini na saba. CCM ina nguvu zaidi na uwezo wa kuwahamasisha watu kutoka kila upande wa nchi. Pia ndicho chama ambacho kimezoeleka kwa wananchi. Na inawezekana labda kinafanya ujanja pia wa kurubuni kura hata kama kuna kamati ya uchaguzi na wasimamiaji kutoka nchi za nje wanaangalia kwa makini. Lakini Rais Kikwete anafanya juhudi kubwa kuondoa uzembe na ulaji rushwa nchini na pia kuimarisha uchumi wa nchi.

George: Jane, katika uchaguzi wa mwisho wa Kenya, KANU ilishindwa au sivyo?

Jane : Ilishindwa kabisa. Chama chenye madaraka hivi sasa ni NARC na rais wetu ni Mwai Kibaki. Anafanya kazi nzuri kweli. Alifanikiwa kuunganisha vyama vyote vya upinzani. George, hali ya Uganda ikoje?

George: Tunaendelea na rais Yoweri Museveni. Katika uchaguzi wa mwaka 2001 alishinda kwa kishindo. Alipata kura nyingi kabisa! Katiba ya Uganda sasa inasema kwamba mtu anaweza kuwa rais kwa muda wa awamu mbili tu lakini katiba ilirekebishwa mwaka 2005 ili kumwezesha Bw. Museveni kugombea tena nafasi ya urais. Katika uchaguzi wa mwaka 2006 alichaguliwa tena baada ya kuwa rais wa Uganda kwa muda wa miaka ishirini mfululizo.

Juma: Yoweri ameimarisha nchi ya Uganda. Amechukua jukumu kubwa kuitoa Uganda kwenye vita vilivyoikumba kwa miaka mingi. Labda kuwa na awamu nyingine ya Museveni si vibaya.

George: Sijui. Tutaona.

❖ *Baada ya kusoma: Mazoezi ya kuzungumza na kuandika*

Fikiri kwamba hivi sasa uko Tanzania na wenyeji wako wanataka kujua kuhusu hali ya siasa katika nchi yako. Waeleze kwa kirefu kuhusu vipi uchaguzi hufanyika.

Rais wa hivi sasa wa Tanzania anajaribu kuimarisha uchumi wa Tanzania na anajitahidi kuondoa hali ya uzembe na ulaji rushwa. Unafikiri nini juu ya ulaji rushwa? Je kuna tatizo kama hili katika nchi yako? Eleza.

Zungumza juu ya rais wa hivi sasa katika nchi yako. Je, ameleta mafanikio gani nchini na matatizo gani yamekuwa yakimkabili?

C.   Maelezo ya utamaduni - Utamaduni wa chama kimoja

Tangu nchi za Afrika ya Mashariki kupata uhuru kulikuweko utamaduni wa mfumo wa chama kimoja cha siasa. Nchini Tanzania, kwa mfano, wananchi wengi wamekulia katika mfumo huu. Chama kimoja kimekuwa kikiongoza Tanzania tangu ilipopata uhuru wake. Kulikuwa na chama cha TANU (Tanzania bara) na chama cha ASP (Tanzania visiwani) na baadaye kuanzia mwaka 1977 viliungana na kuzaliwa chama cha CCM. Mfumo wa vyama vingi ulianzishwa Tanzania mwaka 1995 na mwaka 2005 Watanzania walipiga kura kwa mara ya tatu kwa kufuata mfumo wa vyama vingi. Mara zote hizo tatu, chama tawala cha CCM kilishinda. Uchaguzi wa rais wa mwaka 2005 asilimia themanini (80%) ya wapigaji kura walichagua mgombea urais wa chama cha CCM. Asilimia ishirini tu (20%) ilichagua wagombea wa vyama tisa vingine. Matokeo haya yanaonyesha wazi kwamba ni vigumu kwa watu kusahau utamaduni waliouzoea wa chama kimoja cha siasa na kufuata mfumo wa vyama vingi.

❖ *Baada ya kusoma: Mchezo wa kuigiza*

Fikiri sasa ni wakati wa kampeni ya uchaguzi nchini Kenya, Tanzania, au Uganda. Kila mwanafunnzi atakuwa mwakilishi wa chama kimoja na atapewa nafasi ya kuandaa hotuba yake na kueleza sera za chama chake na akichaguliwa jinsi atakavyowasaidia wananchi watakaomchagua. Wakati mwakilishi mmoja atakavyokuwa anatoa hotuba yake wanafunzi wengine wote watakuwa ni kama wananchi wanaosikiliza hotuba hiyo. Mwisho wa kila hotuba wanafunzi watamuuliza maswali yule atakayekuwa amehutubia.
Baada ya hotuba, wanafunzi waweke hotuba zao kwenye mtandao wa darasa.

D.   Kuimarisha sarufi - Kuunda nomino kutoka kwenye vitenzi.

Kuna uhusiano baina ya vitenzi na nomino. Kwa mfano, neno 'mnyanyaso' lililotumiwa katika sehemu ya A ni nomino na kitenzi chake ni 'nyanyasa'. 'Ushindi' ni nomino na kitenzi ni 'kushinda'. Neno 'Iliporekebishwa' linatokana na kitenzi 'rekebisha' na nomino ni 'rekebisho' au kwa wingi 'marekebisho'.

Kitenzi	Nomino	
	Umoja	**Wingi**
1. Kunyanyasa	Mnyanyaso	Minyanyaso
2. Kurekebisha	Rekebisho	Marekebisho
3. Kushinda	Shindano	Mashindano
	Ushindi	Shindi

Zoezi la kwanza: *Andika vitenzi na nomino zinazotokana na maneno haya yaliyotumiwa katika sehemu ya A, B, na C kama mfano wa kwanza.*

Kitenzi		Nomino	
		Umoja	**Wingi**
1.	haijaundwa	Muundo	Miundo
2.	ziliungana		
3.	ulioshirikisha		
4.	ilipata		
5.	imefululiza		
6.	kuliongezeka		
7.	kupigania		

Zoezi la pili: *Wewe na mwenzako ulizaneni maswali kwa kutumia maneno ya vitenzi na nomino ya zoezi la kwanza kama mfano uliopewa:*

Mwanafunzi wa kwanza: Je, majimbo ya nchi ya Marekani yaliungana wakati mmoja?

Mwanafunzi wa pili: Hapana. Muungano ulitokea tarehe mbali mbali.

E.   Kuimarisha msamiati

Zoezi la kwanza: *Mkiwa katika vikundi vya wanafunzi wawili wawili angalieni na mjadili matumizi ya vifungu hivi vya maneno vilivyotumika katika sehemu ya A na ya B. Kisha oanisheni neno la kundi la kwanza na tafsiri yake kutoka kundi la pili kwa kuandika namba ya neno hilo katika mabano. Wanafunzi katika kila kikundi waandike na wasomeane hadithi fupi kwa kutumia vifungu hivi vya maneno.*

Kundi la kwanza	**Kundi la pili**
1. kwa makini	( ) *to hear rumors*
2. bila shaka	( ) *to do tricks*
3. kushinda kwa kishindo	( ) *without doubt*
4. kusikia minong'ono	( ) *to win by a wide margin*
5. kufanya juhudi	( ) *attentively*
6. kufanya ujanja	( ) *put more effort*

Zoezi la pili. *Angalia vipi maneno haya yametumiwa katika sehemu ya A na ya B halafu andika sentensi zako mwenyewe zitakazoonyesha maana kamili. Unaweza kuandika juu ya hali ya siasa ya nchi yako au ya nchi nyingine na unaweza kutumia zaidi ya sentensi moja kwa kila neno.*

1. ukoloni
2. hamasa
3. mfumo
4. ubeberu
5. bunge
6. wanachama
7. awamu
8. uzembe

F. Orodha ya msamiati

andaa	*prepare*
bila shaka	*without doubt*
bunge	*parliament*
fanana	*resemble*
fululiza	*continuous*
hamasa	*passion*
hayati	*someone who has passed away, deceased*
hifadhi	*protect*
juhudi	*effort*
jumuika	*get together*
kifo	*death*
madarakani	*in power*
makamu wa rais	*vice president*
makini	*calm and composed manner*
marehemu	*deceased*
mfumo	*structure*
nyakua	*grab*
nyanyasa (mnyanyaso)	*oppress (oppression)*
ongeza	*increase*
rekebisha	*adjust*
rubuni	*cheat, deceive*
ruhusu	*allow*
shiriki	*participate*
ubeberu	*oppressive condition*
ujanja	*cunningness*
ukoloni	*colonialism*
ulaji rushwa	*bribery*

unda (haijaundwa)	*form, make (it has not been formed)*
ungana	*unite*
ushindi	*victory, success*
uzembe	*idleness*
vamia	*attack*
wanachama	*party members*

Lugha ya kufundishia katika Afrika ya Mashariki
Language of instruction in East Africa

Goals:

- To develop students' communication skills through conversations, interpretations and presentations of the information about language of instruction in East Africa.
- To enhance students' understanding of language policies in East Africa and compare them to those of students' own countries.
- To enable students to connect to the discipline of language education and related fields.
- To enable students to discuss Kiswahili grammatical structures and compare them with structures in students' own languages.
- To enhance students' knowledge of vocabulary, phrases and idiomatic expressions.

A.   Lugha ya kufundishia katika shule za Afrika ya Mashariki

❖ *Kabla ya kusoma: Mazoezi ya kuzungumza na kuandika*

Katika nchi yako lugha ya kufundishia katika shule za msingi, sekondari, na vyuoni ni lugha gani? Je, kuna lugha ya pili ambayo ingeweza kutumiwa kama lugha ya kufundishia? Lugha gani zinafundishwa kama lugha za kigeni?

❖ *Wakati wa kusoma: Mazoezi ya ufahamu*

Sera za lugha ya kufundishia nchini Kenya na Uganda zina tofauti ndogo tu. Ni tofauti gani hizo?

Sera ya lugha ya kufundishia ya Tanzania inatofautiana vipi na sera za Kenya na Uganda?

Kuna vikundi viwili nchini Tanzania vyenye mawazo tofauti juu ya lugha ya kufundshia. Chagua kikundi kimoja na uorodheshe sababu zilizotolewa kuunga mkono mawazo ya wanakikundi hawa.

Lugha ya kufundishia katika shule za Afrika ya Mashariki

Walimu, wanasiasa, na wahusika wengine wa nchi za Afrika ya Mashariki wamekuwa wakijadiliana kwa muda mrefu sasa juu ya suala la lugha ya kufundishia. Lugha gani ni bora kutumiwa katika shule za msingi, sekondari, na vyuoni? Tangu nchi hizi za Afrika ya Mashariki kupata uhuru kutoka kwa wakoloni wa Uingereza, suala la lugha ya kufundishia limeendelea kujadiliwa. Hatua mbali mbali zimechukuliwa na baaadaye kuwekwa upande na kutafutwa njia nyingine ya kutatua tatizo hilo.

Nchini Uganda, mwaka 1992, serikali ilipitisha sera ya lugha ya kufundishia. Sera hii ilisisitiza kwamba lugha ya kufundishia katika sehemu za vijijini iwe lugha ya kwanza ya wanafunzi. Lugha hii itumiwe kutoka darasa la kwanza mpaka darasa la nne. Uchaguzi wa lugha ya kwanza utegemee eneo la shule na lugha inayozungumzwa na wengi katika eneno hilo. Lugha ya Kiingereza na lugha ya Kiswahili zifundishwe kama somo la lazima. Kutoka darasa la tano kuendea juu, lugha ya kufundishia iwe lugha ya Kiingereza. Katika sehemu za mijini, lugha ya kufundishia iwe Kiingereza. Kenya ina sera inayofanana na sera ya Uganda lakini nchini Kenya lugha ya kwanza hutumiwa kama lugha ya kufundishia kutoka darasa la kwanza mpaka la tatu katika sehemu zote za nchi, vijijini na mijini. Nchini Tanzania kwa vile takriban wananchi wote wanazungumza Kiswahili, Kiswahili kilitumiwa kama lugha ya kufundishia kutoka darasa la kwanza mpaka la nne katika shule zote. Lugha ya Kiingereza ilifundishwa kama somo la lazima na baadaye kuanzia darasa la tano hadi madarasa ya sekondari na vyuoni ilitumiwa kama lugha ya kufundishia.

Mnamo mwaka 1968, Tanzania ilipitisha sera mpya iliyoifanya Kiswahili iwe lugha ya kufundishia katika madarasa yote ya shule za msingi. Lugha ya Kiingereza ilifundishwa kama somo la lazima. Lengo la sera lilikuwa kuendeleza lugha ya Kiswahili iwe lugha ya kufundishia katika shule za sekondari na hatimaye hata katika elimu ya juu. Hatua hii bado haijachukuliwa miaka thelathini na nane baada ya sera kupitishwa. Kwa nini hatua hii bado haijachukuliwa? Kuna baadhi ya viongozi wa serikali na wananchi wengine wanaofikiri kwamba lugha ya Kiingereza ni lugha muhimu kwa Watanzania kuijua kwa mawasiliano ya kimataifa. Kwa hivyo kama lugha ya Kiingereza haitatumiwa kama lugha ya kufundishia katika viwango vya juu vya elimu, Watanzania hawataweza kuielewa lugha hii na kuitumia kwa ustadi. Pia kuna wengi katika kundi hili wanaofikiri kwamba lugha ya Kiswahili haina msamiati wa kutosha kueleza dhana mbali mbali za kisasa, sayansi na teknolojia. Sababu nyingine ni kwamba vitabu vinavyotumiwa katika shule za sekondari na vyuoni vimeandikwa katika lugha ya Kiingereza na kuvitafsiri au kuandika vingine kwa Kiswahili ni gharama kubwa. Kuna baadhi ya wananchi wanaopinga mawazo haya. Na kusisitiza kwamba kutumia Kiswahili kama lugha ya kufundishia katika viwango vyote vya elimu ni muhimu kwa sababu lugha ya Kiswahili ni lugha ya wananchi wa Tanzania na inatumiwa katika nyanja zote za maisha. Wanaeleza kwamba wanafunzi wanapata msukosuko mkubwa wanapoanza shule za sekondari kwa sababu lugha inayotumiwa, yaani lugha ya Kiingereza, si lugha wanayoielewa bali ni lugha waliyoisoma darasani tu. Si lugha yao ya kwanza na wala si lugha wanayoisikia nyumbani au mitaani. Kwa mujibu wa mawazo ya kundi hili, kutumia lugha ya Kiingereza kama lugha ya kufundishia kunaathiri maendeleo ya elimu ya wanafunzi. Kutumia lugha wasiyoimudu kunawanyima nafasi ya kujenga udadisi, ubunifu, na uvumbuzi. Aidha, hawafanyi vizuri katika mitihani yao kwa sababu wanatumia lugha ambayo si yao na wasiyoielewa.

Mwalimu anafundisha Kiswahili

❖ *Baada ya kusoma: Mazoezi ya kuzungumza na kuandika*

Fanya utafiti zaidi juu ya sera ya lugha ya kufundishia katika nchi moja huko Afrika ya Mashariki na katika nchi yako au nchi nyingine na kisha zilinganishe sera hizo.

Fikiri wewe ni mwalimu wa Historia katika shule moja ya sekondari huko Tanzania. Inabidi ufundishe kwa kutumia lugha ya Kiingereza lakini unagundua kwamba wanafunzi wengi hawaelewi unayoyaeleza. Je, utafanya nini ili wanafunzi waelewe mada unayowafundisha?

Wakati wa mtihani wa darasa la Historia unalofundisha, mwanafunzi mmoja alijibu maswali yote kwa Kiswahili ingawa ilikuwa lazima ajibu kwa Kiingereza. Mwanafunzi huyo anajitetea kwa kusema kwamba ameweza kujieleza vizuri zaidi kwa kutumia Kiswahili. Je, utafanya nini?

Kama umechaguliwa kuwa mshauri wa idara ya Elimu katika nchi moja ya Afrika ya Mshariki juu ya lugha ya kufundishia shuleni na vyuoni. Utatoa ushauri gani kutegemea hali halisi iliyoko sasa?

B. **Umuhimu wa lugha zetu**

Katika kongamano la lugha jijini Dar Es Salaam, Tanzania, walimu watatu wanazungumzia suala la lugha ya kufundishia katika nchi za Uganda, Kenya, na Tanzania.

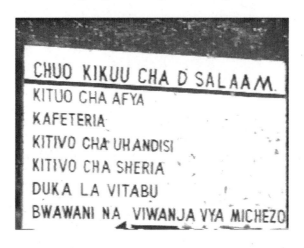

Mganda: Mlisikia ile mada aliyoitoa yule profesa juu ya umuhimu wa lugha zetu na vipi zimepuuzwa kwa miaka mingi sasa? Tufanye nini kutatua tatizo hili? Nafikiri hapa Tanzania mmepiga hatua kubwa ya kuendeleza Kiswahili lakini lugha nyingine zinapotea au sivyo?

Mkenya: Hebu tueleze kidogo kuhusu utumiaji wa Kiswahili hapa Tanzania.

Mtanzania: Kuna lugha zaidi ya mia moja hapa Tanzania na nafikiri mada ya Profesa Josefu juu ya lugha za Tanzania na wazo lake la kuzihifadhi lugha hizi kwa kufanya miradi ya kutengeneza kamusi, kuandika hadithi na tamaduni za wazungumzaji wa lugha hizi ni juhudi inayostahili sifa. Lakini nafikiri kwamba kwa vile Kiswahili ni lugha inayozungumzwa na wote hapa nchini ni muhimu Kiswahili kiendelee kutumiwa kama lugha ya kufundishia katika shule za msingi kama ilivyo sasa na hata katika shule za sekondari jambo ambalo bado halijatokea.

Mkenya: Kwetu Kenya, wanafunzi wanaanza kufundishwa kwa Kingereza katika darasa la nne. Kwa hivyo hawapati taabu sana wanapoanza kusoma shule za sekondari. Wanapata taabu katika kuzungumza lakini katika maandishi wanafanya vizuri.

Mganda: Wanafunzi wa Uganda pia wana matatizo ya kuzungumza Kiingereza lakini, kama ulivyosema, katika kusoma na kuandika wanafanya vizuri kwa sababu wanaanza kufundishwa kwa Kiingereza katika shule za msingi. Hapa Tanzania wanaanza kufundishwa kwa Kiingereza katika shule za sekondari. Lazima ni tatizo au sivyo? Nafikiri wanafunzi hawa wako tayari kuendelea kufundishwa kwa Kiswahili lakini wanarudishwa nyuma kwa kufundishwa kwa lugha nyingine wasiyoizungumza wala wasiyoweza kuisoma na kuiandika kwa urahisi.

Mtanzania: Ni kweli kabisa hawafanyi vizuri katika mitihani kwa sababu inawabidi wasome na waandike kwa Kiingereza. Siyo kwamba hawaelewi mada zinazofundishwa. Ijapokuwa lugha ya kufundishia katika shule za sekondari ni Kiingereza walimu mara nyingi huendelea kueleza mada katika masomo tofauti kwa Kiswahili ili wanafunzi waelewe. Na mara nyingine walimu wenyewe hawawezi kujieleza vizuri kwa Kiingereza. Matokeo ni wanafunzi wengi hawafaulu mitihani ya kwenda darasa la kumi na tatu kwa sababu ya kikwazo cha lugha. Mara nyingi hawaelewi maswali.

Mkenya: Unafikiri tatizo hili litatatuliwa vipi?

Mtanzania: Inategemea viongozi wa serikali. Labda tutarudia mfumo wa zamani wa kutumia Kiingereza kama lugha ya kufundishia katika shule za msingi. Lakini kama ulivyosema ni kujirejesha nyuma. Nafikiri ni muhimu tujumuike tueleze viongozi wa serikali hali halisi ya tatizo hili.

Mganda: Ni kweli kabisa.

❖ Baada ya kusoma: Mazoezi ya kuzungumza na kuandika

Fanya utafiti juu lugha za nchi moja ya Afrika ya Mashariki? Kuna lugha ngapi? Na lugha gani zinafikiriwa kwamba zitatoweka kwa kutozungumzwa? Je, kuna hali kama hii katika nchi yako? Linganisha hali ya lugha katika nchi uliyoichagua na hali ya lugha katika nchi yako.

Kuna matatizo ya sera za lugha ya kufundishia nchi nyingi katika bara la Afrika. Nchi hizi zinategemea Kiingereza au Kifaransa kwa sababu ya athari ya ukoloni. Toa mawazo yako juu ya jambo hili.

Katika mazungumzo hapo juu Mtanzania anasema labda Tanzania itarudi kwenye mfumo wa zamani wa kufundisha kwa Kiingereza katika shule za msingi. Unafikiri nini juu ya uamuzi huo?

C. Maelezo ya utamaduni - Lugha za kienyeji

Lugha za kienyeji ni muhimu sana katika maisha ya watu wa nchi za Afrika ya Mashariki, nchi nyingine za Afrika na kote duniani. Lugha za kienyeji hutumika kwa mawasiliano, kwa uendelezaji wa fasihi simulizi na kuwafunza watoto mambo mbali mbali ya maisha kwa kutumia methali, hadithi, na vitendawili. Nchini Tanzania watoto huzaliwa katika mazingira ya lugha nyingi. Huanza kujifunza lugha ya nyumbani kama Kikuyu, Kihaya, Kisukuma, au Kimasai. Anapokuwa mkubwa kidogo na kuanza kucheza nje anakutana na watoto wengine wanaozungumza lugha nyingine ya wilaya ya jirani. Si ajabu kwa mtoto aliyezaliwa katika wilaya ya Bukoba kuelewa lugha ya Kinyambo inayozungumzwa kwenye wilaya ya Ngara. Sambamba na kujifunza lugha ya kwanza na lugha nyingine ya kienyeji mtoto hujifunza lugha ya Kiswahili. Si jambo geni kwa mtoto kuelewa lugha tatu kwa wakati mmoja. Baadaye anapokwenda shule hufundishwa masomo yote kwa lugha ya Kiswahili na huweza kusoma na kuandika kwa lugha hii. Baada ya miaka miwili hivi anaanza kusoma Kiingereza kama somo la lazima. Kiingereza kinapewa umuhimu sana katika masomo ya baadaye kwa mawasiliano ya kimataifa.

❖ *Baada ya kusoma: Mchezo wa kuigiza*

Wewe umeenda vijijini nchini Kenya, Uganda na Tanzania. Ulitegemea kuwakuta watu wakiongea Kiingereza na Kiswahili. Lakini cha ajabu umegundua watu wengi wanaongea lugha zao za kwanza. Unashangaa zaidi unapoelezwa kuwa huko Uganda, kwa mfano, kuna shule zinazofundishwa kwa kutumia lugha ya Luganda. Unaporudi chuoni kwako unaongea na mwalimu wako na kumuomba ufanye mradi kuhusu lugha za kufundishia katika Afrika ambazo ni lugha mama. Kwanza eleza utakavyofanya utafiti huo. Na pili fanya utafiti huo kwa kuzingatia watu wanaoongea lugha hiyo, kiwango gani cha elimu lugha hiyo inatumika, na faida za kutumia lugha hiyo. Mradi huu unaweza kuhusisha nchi moja ya Afrika ya Mashariki au nchi nyingine ya bara la Afrika. Baada ya kupata habari hiyo utapewa muda wa kuwasilisha mbele ya wanafunzi wenzako na kuongoza majadiliano.

D. **Kuimarisha sarufi - Hali ya kutendeana** *Reciprocals*, **Hali ya kutendewa**

Passive voice, na **Hali ya kutendea** *prepositional extension*

Mfano wa Hali ya kutendeana:
Wamekuwa wakijadili**ana** kwa muda mrefu
    jadili   >   jadiliana

Mfano wa Prepositional extension:
Kiswahili kilitumiwa kama lugha ya kufundish**ia**
    fundisha   >   fundishia

Mifano ya Hali ya kutendewa:
Kiswahili kilitumi**wa** kama lugha ya kufundishia
    tumia   >   tumiwa

Hatua mbali mbali zimechukuli**wa**
    chukua   >   chukuliwa

(Katika mfano huu kwa sababu kitenzi **chukua** kimemalizika na vokali mbili -**ua**- lazima kuongeza -**li** kabla ya alama ya Hali ya kutendewa -**wa**)

Zoezi la kwanza: *Kwenye sehemu za A, B, na C kuna mifano hii ya* **Hali ya kutendwa.** *Andika* **Hali ya kutendewa, Hali ya kutendeana** *na* **Hali ya kutendea** *kwa kufuata mfano wa wa kwanza:*

Kutendwa	Kutendewa	Kutendeana	Kutendea
1. tafut**wa**	tafutiwa	tafut**ana**	tafut**ia**
2. pitishwa			
3. andikwa			
4. puuzwa			
5. rudishwa			

Zoezi la pili: *Aandika sentensi kwa kutumia kila neno kuonyesha tofauti ya matumizi baina ya aina hizo nne za sarufi.*

E.   Kuimarisha msamiati

Zoezi la kwanza: *Mkiwa katika vikundi vya wanafunzi wawili wawili angalieni na mjadili matumizi ya maneno yaliyotumika katika sehemu za A, B na C. Kisha oanisheni neno la kundi la kwanza na tafsiri yake kutoka kundi la pili kwa kuandika namba ya neno hilo katika mabano. Wanafunzi katika kila kikundi waandike na wasomeane hadithi fupi kwa kutumia maneno haya.*

Kundi la kwanza	Kundi la pili
1. gharama	( ) *policy; policies*
2. sisitiza	( ) *finally*
3. takriban	( ) *field(s)*
4. hatimaye	( ) *expenses*
5. ustadi	( ) *concept(s)*
6. ikwazo	( ) *emphasize*
7. sera	( ) *expertise*
8. nyanja	( ) *environment*
9. matokeo	( ) *international*
10. dhana	( ) *obstacle*
11. kimataifa	( ) *results*
12. mazingira	( ) *almost, nearly*

Zoezi la pili: *Angalia vipi vifungu hivi vya maneno vimetumiwa katika sehemu za A, B, na C halafu andika sentensi zako mwenyewe zitakazoonyesha maana kamili.*

1. kutatua tatizo
2. kustahili sifa
3. kurudishwa nyuma
4. ni kweli.
5. kuwekwa upande.
6. hali halisi.
7. si ajabu.
8. si jambo geni.

F.   Orodha ya msamiati

athiri	*affect*
bali	*but*
bidi (inawabidi)	*oblige (they are obliged)*
dhana	*concept(s)*
fanana	*resemble*
faulu	*be successful*
gharama	*expensive*
hadi	*until*
hali	*condition*
halisi	*actual*
hata kama	*even if*
hatimaye	*finally*
hatua	*steps*
jadili	*discuss*
juhudi	*effort*
jumuika (tujumuike)	*come together (let's come together)*
kabisa	*completely*
kikwazo	*obstacle*
kwa mujibu	*according to*
kweli	*true*
lengo	*goal*
mawazo	*thoughts*
msukosuko	*hardship*
nyanja	*fields, areas*
nyuma	*back*
potea	*get lost*
puuza	*neglect*

rahisi	*easy (ease)*
rejesha	*return, go back*
rudi	*return, go back*
sera	*policy*
sifa	*characterisitcs*
sisitiza	*emphasize*
stahili	*deserve*
takriban	*almost, nearly*
tamaduni	*cultures*
tatizo	*problem*
tatua	*solve*
tayari	*ready*
tegemea	*depend on*
tokeo (matokeo)	*result (results)*
viwango	*levels*
wahusika	*those concerned*
wala	*nor*

Athari ya mazingira juu ya ukulima nchini Tanzania

Effect of the environment on farming in Tanzania

Goals:

- To develop students' communication skills through conversations, interparetations and presentations of the information about the effects of environment on farming in Tanzania.
- To enhance students' cultural understanding and enable them to compare farming in Tanzania with their countries.
- To enable students to connect to the discipline of agriculture, environmental studies, and other related fields.
- To enhance students' ability in gathering information through listening, reading, and researching the information about farming and environment in Tanzania.
- To enable students to discuss Kiswahili grammatical structures and compare them with structures in students' own languages.
- To enhance students' knowledge of vocabulary, phrases and idiomatic expressions.

Shamba zuri la mhogo

Shamba zuri la machungwa   *Shamba zuri la kahawa*

A.   Athari ya mazingira juu ya ukulima

❖ *Kabla ya kusoma: Mazoezi ya kuzungumza na kuandika*

Jiunge na mwanafunzi mwenzako na mjadili kuhusu ukulima. Kisha mmoja wenu ayaandike ubaoni mliyoyajadili ili yajadiliwe na wanafunzi wote.

Je, unapenda au hupendi kujihusisha katika kilimo? Eleza kwa nini?

❖ *Wakati wa kusoma: Mazoezi ya ufahamu*

Otodhesha mazao ya chakula na ya biashara yaliyopo huko Tanzania. Je, mnayo mazao ya namna hii nchini mwenu?

Ni matatizo gani yamekuwa yakiwakabili wakulima huko Tanzania?

Matatizo yanayowakabili wakulima yanaweza kutatuliwa vipi?

Athari ya mazingira juu ya ukulima

Mwalimu Julius Nyerere ambaye alikuwa rais wa kwanza wa Tanzania aliwahi kusema kuwa "kilimo ni uti wa mgongo wa Watanzania." Hii ni kwa sababu Watanzania wengi hutegemea kilimo katika maisha yao ya kila siku.

Kilimo kimewasaidia wananchi wengi katika Tanzania kujipatia vyakula vya kutosha kwa matumizi yao na familia zao na vingine kuviuza kupata pesa kwa matumizi mengine. Mara nyingi watu waishio mjini ndio wanunuao vyakula kwa wingi. Hawa watu wa mjini hulazimika kununua vyakula kwa sababu huko mjini hawana ardhi ya kutosha kuweza kuendesha kilimo. Hata kama wangekuwa na mahali pa kulima muda wao hautoshi kutokana na ajira na shughuli za biashara wanazozifanya.

Baadhi ya mazao ya chakula yanayolimwa na wakulima ni ndizi, mahindi, mihogo, mboga za majani, mpunga, ngano, nazi, nyanya, matunda na mazao mengine. Licha ya mazao ya chakula wakulima pia hulima mazao ya biashara kama vile kahawa, chai, pamba, korosho, karafuu, katani na mengine. Mazao haya yakiuzwa huwapatia wakulima hawa pesa za kutumia kwa matumizi yao mbalimbali kama vile kulipa karo za shule za watoto wao, kununua mavazi, kujengea nyumba na mambo mengine mengi.

Hata hivyo, kufanikiwa kwa ukulima nchini Tanzania kunategemea hali ya mazingira. Kunapokuwepo na hali ya hewa nzuri kwa kipindi fulani wakulima hupata neema kwa vile mazingira huwa mazuri kwa kilimo. Kipindi cha hali ya hewa na mazingira mazuri kinapendwa na kila mtu kwani wakulima wakipanda mazao yao huota na kustawi na kutoa mazao yenye afya pia. Mazao hayo yakivunwa huwanufaisha wakulima na wafanyakazi kwa kupata chakula cha kutosha. Pia wakulima huuza baadhi ya mazao hayo na kupata fedha.

Hata hivyo, wakulima wamekuwa wakikumbana na matatizo mbalimbali ya kimazingira. Matatizo haya yanadhoofisha kilimo na kusababisha ukosefu wa vyakula sio kwa wafanyakazi wa mijini tu, bali hata wakulima wanaolima mazao hayo. Baadhi ya matatizo ambayo yamekuwa yakiwakabili wakulima ni suala la mmomonyoko wa udongo. Tatizo hili huwepo inapotokea mvua zimenyesha sana na maji kuuondoa udongo mzuri wenye rutuba. Mvua nyingi husababisha mafuriko makubwa ambapo si udongo tu wenye rutuba huchukuliwa bali hata mazao yenyewe huchukuliwa na mikondo mikali ya maji. Katika sehemu zenye joto sana kama katika mikoa iliyomo katikati mwa Tanzania hasa Dodoma, jua kali husababisha ukame na kuyafanya mazao yakauke. Katika maeneo hayo kuna upepo mkali ambao hupeperusha udongo wa juu na kuuacha wa ndani usio na rutuba. Sehemu zenye mifugo mingi kama kule Umasaini, yaani wanakokaa Wamasai, mifugo husababisha mashimo kwenye njia wapitazo kila siku. Mashimo hayo huleta mmomonyoko wa udongo.

Dhoruba ni tatizo jingine kubwa linalosababisa madhara katika kilimo. Mara nyingi dhoruba huja na mvua kali na upepo huangusha mazao mengi sana au huyakata vipande vipande. Huko mkoa wa Kagera katika wilaya ya Muleba si jambo la ajabu kusikia kuwa upepo mkubwa umesababisha maafa katika mazao. Upepo huo mara nyingi huja wakati mvua ikinyesha na pengine huja na mvua ya mawe. Kwa mfano mkulima wa kahawa akiona mvua kubwa, yenye upepo na mawe inanyesha, anajua kahawa zake huko mashambani haziwezi kuhimili vishindo vya mvua ile. Mvua kama hiyo, hudondosha maua ya kahawa au kahawa changa. Hali hiyo ikitokea, mwaka huo huwa ni wa dhiki na njaa kubwa kwa wakulima wa kahawa. Matatizo mengine ni yale ya wadudu au wanyama

62

waharibifu. Matatizo haya hupunguza kiwango cha mazao yanayozalishwa na kwa hiyo faida ya ukulima hupungua.

Ili kupambana na matatizo ya kimazingira, wakulima wengi wamekuwa wakishauriwa na mabwana shamba kuhusu namna ya kutunza mazingira ili yawe bora kwa kilimo. Kwa mfano, wanashauriwa kufunika mashamba yao kwa kutumia nyasi ili maji au upepo usimomonyoe udongo wa juu ambao ndio wenye rutuba. Wanashauriwa kuwa ili kutunza udongo huo lazima waweke matuta ili kuyakinga maji. Pia wanaelezwa umuhimu wa kuchimba mifereji ili maji yapate pa kupita, kutumia madawa ya kuua wadudu, kupanda miti, kuhifadhi misitu, kuweka mbolea katika mazao yanayolimwa na kadhalika. Wakulima wamekuwa wakifanikiwa kwa kiasi fulani kuweza kupanda mazao yao na kujipatia mavuno yenye mafanikio. Hata hivyo kwa kuwa matatizo mengi ya kimazingira hayapigi hodi, wakulima wamekuwa wakiathiriwa na matatizo hayo kila yanapotokea. Kwa hiyo ushauri wa mabwana shamba ukifuatiwa na hali nzuri ya hewa na mazingira huwafanya wakulima kuvuna mavuno ya kutosha.

❖ *Baada ya kusoma: Mazoezi ya kuzungumza na kuandika*

Habari hii uliyoisoma inahusu athari za mazingira katika ukulima huko Tanzania. Jadili athari hizi ukilinganisha na athari za kimazingira zinazowakabili wakulima kutoka katika nchi yako. Jadili swali hili na mnafunzi mwengine kisha mmoja wenu aongoze majadiliano darasani wakati akiwasilisha majibu yenu.

Je, unakubaliana au hukubaliani na tamko la mwalimu Nyerere kuwa 'kilimo ni uti wa mgongo' wa Watanzania? Eleza kwa nini unakubaliana au hukubaliani na kauli hiyo. Jadiliana na wenzako mkilinganisha na kutofautisha suala la kilimo katika nchi mnazotoka.

Je, umeelewa nini kuhusu kazi za mabwana shamba katika Tanzania? Je, mnao wafanyakazi kama hao wanaofanya kazi huko mashambani pamoja na wakulima ambao wanagharimiwa na serikali katika nchi yako? Jadiliana na mwanafunzi mwengine na andikeni ufupisho wa aya mbili kuhusu mtakayoyazungumza. Mmoja wenu atapewa nafasi kuyasona darasani kwa majadiliano.

Fikiria kuwa wewe sasa ni bwana shamba nchini Tanzania. Umeitwa katika mkutano wa hadhara ili kuwaelimisha wakulima juu ya utunzaji bora wa mashamba yao. Andika kwa kifupi (aya tatu) maelezo yako utakayoyatoa. Baadaye kila mmoja atapewa nafasi ya kuyasoma mbele ya wanafunzi wengine na kujibu maswali atakayoulizwa na wanafunzi wenzake.

Mwanafunzi mmoja aliyekuwa akiishi na kufanya kazi huko Tanzania katika mji fulani anafikiri kuwa hakuna uhusiano wowote kati ya wakulima na wafanyakazi waishio mijini. Je, unakubali au unakataa kauli hiyo? Thibitisha jibu lako..

B. Matatizo ya ukame

Shamba la mahindi lililoathiriwa na ukame huko Tanzania

Wanachuo wawili wanaosoma masomo ya kilimo katika chuo kikuu cha Makerere nchini Uganda wanajadiliana kwa ajili ya kujiandaa kwa mtihani wa mwisho. Mojawapo ya maswali wanayoyategemea ni lile la matatizo ya ukame kwa wakulima. Majadiliano yao yalikuwa kama hivi ifuatavyo:

Badru:	Si unakumbuka leo jioni tuna mtihani wa somo la kilimo?
Sikola:	Ndiyo ninakumbuka.
Badru:	Basi, tuanze kujadiliana kuhusu yale maswali aliyotupatia mwalimu
Sikola:	Tumepewa maswali mawili. Je, unapenda tuanzie swali gani?
Badru:	Nadhani tuanzie lile swali la matatizo ya ukame kwa wakulima
Sikola:	Sawa tu. Ukame ni ukosefu wa mvua na husababisha madhara.
Badru:	Ndiyo, mvua ikikosekana na jua likawa jingi, mito hukauka.
Sikola:	Ukame huathiri mazao ya wakulima.
Badru:	Kwa vipi ukame huathiri mazao ya wakulima?
Sikola:	Kwanza mazao hayapati maji. Pili mazao hukauka kutokana na jua kali
Badru:	Endelea!
Sikola:	Wewe mbona hujasema sana. Na wewe endelea nilipomaliza.
Badru:	Haya! Mazao hukauka na wakati huo wakulima huwa hawana maji ya kunyunyizia mazao. Unajua matokeo ya hali hiyo?
Sikola:	Ndiyo, Ni kukauka kwa mimea kwani hupoteza afya na kudhoofika au pengine hufa kabisa.
Badru:	Je, mmea ukifa unaweza kuota tena?
Sikola:	Mara nyingi mimea ikifa haioti tena!
Badru:	Kwa hiyo, mimea ikifa ujue kuwa kuna uwezekano wa maafa ya njaa
Sikola:	Hali hiyo inaogopesha sana. Nasikia kuwa hali hiyo ikitokea wakulima

	hushauriwa kufanya mambo mbalimbali.
Sikola:	Kwanza, kujua majira ya mvua kabla hawajapanda mazao yao.
Badru:	Pili, kupanda baadhi ya mazao katika tingatinga kwani kuna maji ya kutosha.
Sikola:	Tatu, wakulima wakivuna chakula hushauriwa kuweka chakula cha baadaye.
Badru:	Kwani wakimaliza chakula chote itatokea nini?
Sikola:	Kumaliza chakula chote si vema kwani ukame ukija chakula hupungua na hivyo kuwaacha wakulima bila ya kuwa na chakula cha kutosha kwa ajili yao na cha kuuza pia.
Badru:	Naona saa zimefika ni vizuri twende darasani kufanya mtihani.
Sikola:	Bila shaka! Basi tuondoke na ninakutakia mtihani mwema.
Badru:	Asante na wewe, mtihani mwema.
Sikola:	Kama kesho una muda basi tutakutana tuongee kuhusu mtihani wa Jiografia.
Badru:	Sawa tu, nitakupigia simu jioni tupange saa.

❖ Baada ya Kusoma: Mazoezi ya kuzungumza na kuandika

Fikiria wewe ni mkulima nchini Tanzania. Andaa mpango wako wa miaka miwili wa kukabiliana na ukame ili kuweza kuotesha mazao yako yasikauke. Jadili na wanafunzi wengine juu ya mpango wako .

Ukiwa na mwanafunzi mwengine fikirini kwa makini sana na andikeni mazungumzo juu ya athari ya ukame bila kurudia sentensi yoyote kutoka katika mazungumzo uliyomaliza kuyasoma. Karirin mazungumzo mliyoyaandika na mtaitwa mbele ya darasa kuyaongelea.

Jiunge na mwanafunzi mwingine mmoja na mjadili uhusiano kati ya kilimo, ukame na kumwagilia maji mashambani.

C.   Maelezo ya Utamaduni - Umuhimu wa kilimo

Utamaduni ni jinsi ambavyo watu wa jamii fulani wanavyoishi. Ili utamaduni uendelee lazima kuwepo watu wanaoamini na kuutekeleza utamaduni huo. Basi, kama maisha ya jamii ni sehemu ya utamaduni itakuwa rahisi kuona kuwa ukulima ni sehemu muhimu katika utamaduni wa jamii hizo.

Umuhimu wa ukulima katika utamaduni wa Watanzania unatokana na ukweli kuwa maisha ya Watanzania walio wengi yanategemea kilimo ili kupata chakula na pesa za kukabiliana na mahitaji mengine ya maisha. Kama chakula ni sehemu ya utamaduni basi ukulima ni sehemu ya utamaduni pia kwa sababu chakula kinatokana na kilimo. Ukinunua nguo na kuzivaa na watu wakasema kuwa vazi hilo ni la Kitanzania wana maana kuwa ni sehemu ya utamaduni wa Watanzania. Kwa hali hiyo si vigumu kusema kuwa kilimo ambacho kimesababisha upatikanaji wa pesa za kununulia nguo au vazi hilo kuwa ni sehemu ya utamaduni wao. Kwa mfano, huko Mwanza kuna kilimo cha pamba. Mkulima akivuna pamba huiuza katika vyama vya ushirika. Na vyama vya ushirika huuzia viwanda vya pamba. Viwanda vya pamba hutengeneza nguo na kuwauzia watu wakiwemo wakulima waliolima zao la pamba.

Kwa miaka mingi ukulima nchini Tanzania umekuwa ukiendeshwa kwa kutumia jembe la mkono kwani watu wengi hawana pesa ya kununulia pembejeo kubwa kama vile trekta. Hali hii inapatikana katika maeneo mengi ya Tanzania vijijini kama kwenye mikoa ya Kagera, Iringa, Mbeya na kwingineko. Kuna makabila mengine kama vile kabila la Wasukuma ambao ni wafugaji wakubwa wa ngombe, baadhi yao hutumia ng'ombe katika kilimo. Vilevile, ni watu wachache wenye uwezo wa kutumia trekta. Hata hivyo japo kuwa wakulima wa Tanzania hawatumii mashine kubwa kubwa, mazao wanayoyapanda yamekuwa yakiwatosheleza kwa chakula na mahitaji mengine. Hata baadhi ya vyakula wamekuwa wakiviuza kwa wakaaji wa mjini. Kwa hiyo kilimo ni sehemu ya utamaduni wa Watanzania.

❖ *Baada ya kusoma: Mchezo wa kuigiza*

Ukiwa na mwanafunzi mwenzako, tafuteni habari kuhusu mazao ya chakula na elezeni ni chakula cha namna gani kinatokana na mazao hayo. Chagueni aina mojawapo ya zao la chakula na mfanye utafiti kuhusu namna ya kukipika chakula kinachotokana na zao hilo. Andikeni njia za kukipika chakula hicho na vifaa vinavyohitajika na mwaeleze na kuwaonyesha wanafunzi wengine. Baadaye mpike chakula hicho kwa ajili ya tafrija fupi ya darasa.

D.   Kuimarisha sarufi - Dhamira tegemezi *subjunctive form*

Angalia senetensi zifuatazo ambazo zina maneno yenye vitenzi vyenye **dhamira tegemezi**:

1. Ili wakulima **wajipatie** pesa wana kawaida ya kutenga na kuvihifadhi vyakula
2. Naona saa zimefika ni lazima **twende** darasani
3. **Tuanze** kujadiliana kuhusu yale maswali aliyotupatia mwalimu
4. Basi **tuondoke** na ninakutakia mtihani mwema

A. Kwenye sentensi ya kwanza na ya pili, vitenzi vyenye **dhamira tegemezi** vimetumiwa baada ya maneno **ili** na **ni lazima**. Maneno mengine ambayo kwa kawaida hufuatwa na kitendo chenye **dhamira tegemezi ni bora, ni afadhali, -taka, -ambia**

B. Maana nyengine ya **dhamira tegemezi** ni 'let's do some thing' kwa Kiingereza: **'let's start'** kwenye sentensi ya 3 na **'let's leave'** kwenye sentensi ya 4.

Tafuta mifano mingine kwenye sehemu za A, B, na C iliyotumia vitenzi vyenye dhamira tegemezi.

Zoezi la kwanza: *Fanya sentensi zenye vitendo vya* **dhamira tegemezi** *kwa kutumia maneno yafuatayo:*

1. ili
2. ni lazima
3. aliniambia
4. ni bora
5. ni afadhali
6. alitutaka

Zoezi la pili: *Fikiri wewe ni mkulima nchini Tanzania na unazungumza na wakulima wengine juu ya mazao yenu na mnataka kwenda sokoni kuuza baadhi ya mazao yenu. Mnajadili mazao gani kuyauza na mazao gani mengine kuyahifadhi ili yakusaidieni wakati wa ukame. Wewe na mwanafunzi mwingine, tayarisheni mazungumzo na myawasilishe darasani. Jaribuni kutumia vitenzi vyenye* **dhamira tegemezi** *zilizoelezwa kwenye sehemu za A, B, na C.*

E.   Kuimarisha msamiati

Zoezi la Kwanza: *Mkiwa katika vikundi vya wanafunzi wawili wawili angalieni na mjadili matumizi ya maneno haya kama yalivyotumika katika sehemu za A, B na C. Kisha oanisheni neno la kundi la kwanza na tafsiri yake kutoka kundi la pili kwa kuandika namba ya neno hilo katika mabano. Baada ya kuoanisha maneno hayo kila mmoja aandike insha ya ukurasa mmoja kwa kutumia maneno yote ya Kiswahili.*

Kundi la kwanza	Kundi la pili
1. kuvihifadhi	( ) *environment*
2. ardhi	( ) *wind*
3. wajipatie	( ) *land*
4. mazao ya chakula	( ) *examination*
5. mazao ya fedha	( ) *somewhere else/ other place*
6. mmomonyoko	( ) *soil erosion*
7. mazingira	( ) *money*
8. upepo	( ) *get something for themselves*
9. mvua	( ) *drought*
10. jua	( ) *to be sufficient*
11. kutoshelezaa	( ) *to keep/ store things them*
12. mtihani	( ) *cash crops*
13. ukame	( ) *sun*
14. pesa	( ) *rain*
15. kwingineko	( ) *food crops*

Zoezi la pili: *Badili maneno yafuatayo kutoka katika umbo la kitenzi kwenda umbo la nomino halafu litumie neno kwenye sentensi. Kwa mfano, neno 'kusaidia' litabadilika kuwa 'msaada'. Sasa endelea:*

1. kusaidia (msaada). Nilipata msaada wa fedha ulioniwezesha kuendelea na masomo kwa kulipa ada za shule.
2. kuhifadhi
3. kujipatia
4. kujenga
5. kukumbuka
6. kusababisha
7. kupambana
8. kuvaa

F.   Orodha ya msamiati

ajira	*employment*
ardhi	*land*
chai	*tea*
chimba	*dig*
dhoruba	*storm*
fanikiwa	*be successful, succeed*
funika	*cover*
hifadhi	*protect*
karo	*school fee*
kilimo	*agriculture, farming*
kinga (kuyakinga)	*protect (to protect them)*
kiwango	*standard, level*
kwa sababu	*because*
madawa	*medicine*
mafanikio	*success*
mafuriko	*flood*
mahindi	*corn, maize*
majani	*leaves*
majumbani	*in the houses*
matuta	*raised soil beds for planting*
Mazao	*produce*
mazao ya biashara	*cash crops*
mazao ya chakula	*subsistence crops*
mazingira	*environment*
mbalimbali	*various, different*
mboga za majani	*greens such as spinach*

mifereji	*water taps*
mihogo	*cassava*
miti	*trees*
mmomonyoko	*erosion*
mpunga/mchele	*uncooked rice with husk/without husk*
mvua	*rain*
ndizi	*banana*
ngano	*wheat*
panda	*plant, grow seeds*
shamba	*farm land*
shauri (shauriwa)	*advice (be advised)*
toka (kutokana na)	*come from (according to)*
tosha	*be enough*
tunza	*take care*
thamani	*value*
ua	*kill*
ukame	*drought*
ukulima	*farming*
upepo	*wind*
waharibifu	*destroyers*
wadudu	*insects, bugs*
wanyama	*animals*

Athari za magonjwa ya *UKIMWI* na malaria katika jamii
Effect of AIDS and Malaria on the society

Goals:

- To develop students' communication skills through conversations, interpretations and presentations of the symptoms, causes, and cure of HIV/AIDS and Malaria.
- To enhance students' cultural understanding and enable them to compare and contrast both HIV/AIDS and Malaria diseases both in communities where Kiswahili is spoken and in their own communities.
- To enable students to connect to the discipline of nursing, and other related fields dealing with medical studies.
- To enable students to discuss Kiswahili grammatical structures and compare them with structures in students' own languages.
- To enhance students' knowledge of vocabulary, phrases, and idiomatic expressions.

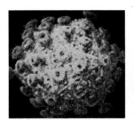 

Picha ya virusi vya UKIMWI

A. Magonjwa ya *UKIMWI* na malaria na athari zake katika jamii

❖ *Kabla ya kusoma: Mazoezi ya kuzungumza na kuandika*

Andika juu ya athari za ugonjwa wa UKIMWI katika nchi unayotoka. Kisha jiandae kuyasoma uliyoyaandika mbele ya wanafunzi wote ili yajadiliwe.

❖ *Wakati wa kusoma: Mazoezi ya ufahamu*

Ugonjwa wa malaria huambukizwa na mbu aitwaye anofelesi. Eleza kwa kifupi uambukizaji huo unavyotokea?

Ni dalili zipi za ugonjwa wa UKIMWI zinafanana na zile za ugonjwa wa malaria, na ni zipi zinatofautiana?

Vipi watu wanaweza kujiepusha kupata ugonjwa wa UKIMWI?

Athari za magonjwa ya *UKIMWI* na malaria katika jamii

Ugonjwa wa malaria ni mojawapo ya magonjwa hatari sana nchini Tanzania. Ugonjwa huu unaambukizwa wakati mbu wa anofelesi anapomuuma mgonjwa mwenye ugonjwa huo na baadaye kwenda kumuuma mtu mwingine. Ugonjwa huu huwafanya watu kuugua na pengine kupoteza maisha yao. Wataalamu wa kimatibabu wamekuwa wakijitahidi kuwatibu wagonjwa wenye malaria lakini wakati mwingine hawawezi kuokoa maisha ya baadhi ya wagonjwa. Watafiti wa magonjwa na afya wamekuwa wakifanya utafiti ili kujua chanzo cha ugonjwa huu na kuweza kushauri serikali na wananchi kuweza kujikinga na maradhi haya. Mtu kama anajisikia ana homa anatakiwa kwenda kumuona daktari ili apimwe damu yake.

Mtu mwenye ugonjwa wa malaria ana dalili zifutazo: husikia homa kali inayoambatana na baridi kali sana. Mgonjwa huyu hujisikia mwenye maumivu ya kichwa na ya mwili mzima. Mwili wake hutoa jasho. Wakati mwingine mgonjwa husikia viungo vya mwili vikiuma kama vile miguu na mgongo. Mgonjwa hupoteza hamu ya kula, huharisha, husikia kizunguzungu, kutapika, na pengine huwa na shinikizo la damu la juu. Ili kuzuia kuumwa na mbu usipate malaria, ni lazima kuweka mazingira safi, kulala katika kitanda kilichofunikwa na chandarua na kuyafunga madirisha na milango ya nyumba mapema kama hayana nyavu. Watu wengine hujipaka dawa ya kuzuia wadudu wasiguse miili yao.

Licha ya Ugonjwa huo wa malaria, kuna ugonjwa mwingine hatari ambao unajulikana kwa jina la UKIMWI. Kirefu cha UKIMWI ni Upungufu wa Kinga Mwilini. Huu nao ni ugonjwa wa kuambukizwa. Ugonjwa wa UKIMWI husababishwa na kirusi cha HIV ambacho kina uwezo wa kushambulia kinga ya mwili. Dalili za ugonjwa wa UKIMWI ni kudhoofika mwili, kutapika, kupoteza hamu ya chakula, kupata homa ya mara kwa mara, kupata vidonda vya mwili na midomoni, kupungukiwa damu, kukosa nguvu, kupoteza uzito wa mwili, kuumwa kichwa, kuharisha, kukohoa kusikoisha, na kupumua kwa shida.

Ugonjwa huu huambukizwa kupitia njia mbalimbali zikiwemo kujamiiana na mtu mwenye UKIMWI na kutumia nyembe na sindano zilizotumiwa na watu wenye UKIMWI. Ugonjwa huu unasababishwa pia na kuchangia vifaa vya kutogea masikio, kuchanjia au, kama mtu anaumwa, kupewa damu na mtu mwenye virusi vya HIV. Wataalam wa afya wanasema UKIMWI hauwezi kusababishwa kwa kugusana miili kama vile kushikana mikono kama wakati wa kusalimiana, kupigana busu, kukohoa mbele ya watu hata kuoga katika dimbwi moja la maji na mgonjwa mwenye UKIMWI.

❖ **Baada ya kusoma:** *Mazoezi ya kuzungumza na kuandika*

Wewe ni daktari wa magonjwa mbalimbali na umebahatika kupata kazi katika nchi moja ya Afrika Mashariki. Sehemu uliyopangiwa kufanya kazi ni mahali ambapo kuna wagonjwa wengi wa UKIMWI. Mgonjwa mmoja amekuja katika zahanati yako na kukueleza kuwa anaumwa na hajui anaumwa na nini. Utamwuuliza maswali gani? Orodhesha maswali utakayomuuliza kabla hujampima kujua kuwa anaumwa na UKIMWI. Fanyeni kazi hii katika vikundi vya wanafunzi wawili wawili na baadaye mtapewa dakika tano ili kueleza darasa zima mliyoyajadili.

Unatembelea Tanzania. Baada ya kukaa huko kwa siku chache umegundua kuwa mbu wako mahali pengi. Wiki hii umemtembelea rafiki yako aishiye mjini Dar-Es-Salaam na umegundua kuwa mdogo wake amelala huku madirisha yakiwa wazi eti kwa sababu ana joto. Vile vile hajifuniki chandarua katika kitanda kwa sababu hiyo hiyo. Lakini ulipoingia chumbani mwako unawaona mbu chumbani unaamua kuingia kitandani na kujifunika chandarua haraka. Muda mfupi unamkumbuka yule mdogo wake rafiki yako kuwa hakufunga madirisha wala kujifunika na chandarua chake. Unaamua kwenda kumweleza afanye hivyo vinginevyo ataumwa na mbu na kuugua malaria. Je, utazungumza naye vipi? Fanya mchezo wa kuigiza na mwenzako mmoja darasani.

Je, kuna faida gani ya kuwa na maarifa kuhusu magonjwa hatari kama vile UKIMWI na malaria? Fanya utafiti ukilinganisha magonjwa haya na ugonjwa wa mafua ya ndege (birdfl). Zingatia dalili za magonjwa haya na namna ya kupambana na magonjwa hayo.

B.   Mazungumzo baina ya wagonjwa wenye Malaria na mwandishi wa habari

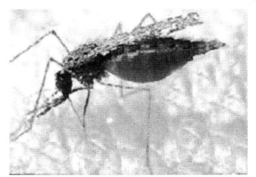

Picha ya mbu wa Anopheles aenezaye ugonjwa wa Malaria

Kituo cha Habari cha Redio Tanzania mjini Dar-Es-Salaam nchini Tanzania, kinaendesha kampeni ya kuwaelimisha wananchi kuhusu athari za ugonjwa wa Malaria. Mkurugenzi wa redio hiyo amewaomba waandishi wa habari wa kituo hicho wafanye mahojiano na wagonjwa mbalimbali wa malaria, waganga na watu wengineo. Matokeo ya mahojiano yao yatasaidia katika kampeni ya kuwaelimisha wananchi. Katika mahojiano yafuatayo mwandishi mmoja anawahoji wagonjwa wawili wenye ugonjwa wa malaria wakiwa katika zahanati inayoshughulikia maradhi ya malaria ili kumuona mganga kupata matibabu. Haya ndiyo mahojiano yaliyofanyika:

Mwandishi wa habari:	Hamjambo?
Lydia na Saida:	Hatujambo, na wewe je?
Mwandishi wa habari:	Sijambo. Mimi ni mfanyakazi wa kituo cha habari cha Redio Tanzania. Siku hizi Redio Tanzania inaendesha kampeni ya kuwaelimisha watu namna ya kujikinga au kupambana na malaria. Ninaomba nihojiane nanyi kuhusu maradhi ya malaria yanayowasumbua.
Lydia na Saida:	Je, una kitambulisho chochote cha kazi?
Mwandishi wa habari:	Ndiyo, hiki hapa.
Lydia na Saida:	Nimekiona, asante. Kwa hiyo unaweza kuanza.
Mwandishi wa habari:	Asante. Je, Lydia tangu lini umepata malaria?
Lydia:	Nilipata malaria wiki iliyopita.
Mwandishi wa habari:	Pole sana na sasa unajisikiaje?
Lydia:	Asante. Najisikia afueni kidogo.
Mwandishi wa habari:	Na wewe Saida una siku ngapi tangu uanze kuugua malaria?
Saida:	Hii ni siku ya tatu.
Mwandishi wa habari:	Pole sana. Je mmeshamwona mganga?
Lydia na Saida:	Ndiyo, tulimwona juzi na leo tumekuja kumuona kama alivyotuagiza.
Mwandishi wa habari:	Lydia ulipomuona mganga alikupa matibabu gani?
Lydia:	Alinipima damu na baadaye kunipa vidonge vya Lariam vya kutibu malaria. Aliniambia nimeze vidonge viwili kwa siku. Aliniongezea vidonge vya Panadol kwa sababu nilikuwa ninaumwa na kichwa.
Mwandishi wa habari:	Halafu?
Lydia:	Alinieleza nijitahidi kula chakula, nipumzike, ninywe maji ya kutosha pia.
Mwandishi wa habari:	Sasa unafanya kama daktari alivyokushauri?
Lydia:	Ndiyo kwani bila kufanya hivyo mwili wangu utaendelea kudhoofika.
Mwandishi wa habari:	Na wewe Saida ulipomuona mganga alisemaje?
Saida:	Mimi alinipima jotoridi, damu na kunidunga sindano ya Kwinini.
Mwandishi wa habari:	Lazima ulipata maumivu kidogo ya kudungwa. Kwa nini alikudunga sindano?
Saida:	Kwa sababu alisema kuwa nilikuwa na malaria kali.
Mwandishi wa habari:	Alifanya nini baada ya kukudunga sindano?
Saida:	Alinipa vidonge vya Lariam vya kumeza viwili viwili kwa siku. Alinieleza kuwa nianze kuvimeza masaa sita baada ya sindano aliyonidunga.
Mwandishi wa habari:	Je, madawa hayo yamewasaidia?
Lydia:	Ndiyo, sasa tunajisikia vizuri.

Saida:	Ndiyo, tunamshukuru Mungu.
Mwandishi wa habari:	Asante sana kwa mahojiano. Na nyote muugue pole. Kwa herini.
Lydia:	Asante. Kwa heri.
Saida:	Kwa heri.

❖ *Baada ya Kusoma: Mazoezi ya kuzungumza na kuandika*

Katika mazungumzo haya tumeona kuwa mwandishi anawahoji wagonjwa wenye malaria na wagonjwa hawa wanajibu bila kuficha habari za ugonjwa wao. Je, katika nchi yako kuzungumza juu ya magonjwa na waandishi wa habari ni jambo la kawaida au si la kawaida? Toa mifano kuthibitisha jibu lako.

Jifanye kuwa wewe ni mwandishi wa habari na umekutana na mgonjwa wa malaria ambaye bado hajaenda kumwona daktari. Andika mazungumzo mafupi kati yako naye ili umshauri kwenda kwa daktari kupata matibabu.

C. Maelezo ya utamaduni - Kukabiliana na magonjwa sugu

Ugonjwa ni jambo la kawaida kwa binadamu ijapokuwa hakuna binadamu yeyote anayependa kuugua. Ikitokea mtu akaugua shughuli zake husimama kwani mtu huyo huwa yumo katika hali isiyo ya kawaida. Ugonjwa wa malaria umekuwepo Afrika ya Mashariki kwa muda mrefu sana kwa sababu ya hali ya hewa na kuweko kwa mbu wengi. Kuna watu ambao hawaamini kwamba madawa ya kisasa yanaweza kutibu malaria. Huamini miti shamba kuwa ni madawa ya asili na yenye uwezo wa kuwatibu. Kwa mfano katika kabila la Wahaya, mgonjwa hupewa madawa ya kienyeji hata kabla hajakimbizwa hospitalini. Kuna waganga wengi wa kienyeji ambao kazi zao ni kuhudumia jamii. Madawa haya si ghali kama madawa ya kisasa. Katika maeneo mengine nchini Tanzania watu wengine hutumia mti unaojulikana kwa jina la Muarobaini. Watu huvuna majani yake na kuyatwanga. Baadaye majani hayo huchanganywa na maji na wagonjwa wenye malaria hunywa dawa hiyo. Ni dawa chungu sana na kuna watu wanaamini kuwa uchungu huo ndio unaoua virusi vya malaria.

Ugonjwa wa Ukimwi ni ugonjwa uliokuja karibuni katika nchi za Afrika Mashariki. Inasemekana kuwa mwanzoni wa miaka ya 1980 ndipo wagonjwa wa kwanza walioambukizwa na ugonjwa huo walipoanza kujulikana. Kwa kweli *UKIMWI* ni ugonjwa unaoathiri watu wengi. Baadhi ya madhehebu yametilia mkazo sheria yao kuwa vijana wanaoamini madhehebu hayo lazima wapimwe kwanza kabla hawajafungisha ndoa makanisani mwao. Watu wanaogopana na hawaaminiani kama ilivyokuwa zamani kwa sababu wakati mwingine si rahisi kujua nani ana ugonjwa huo. Wachumba wengine wamevunja uchumba wao baada ya mmoja wao kugunduliwa kuwa ana ugonjwa huo.

Kuna watu ambao wameachana na wapenzi wao kwa kufikiria kuwa watawaambukiza ugonjwa huo na hasa kama mmoja wao si mwaminifu. Kuna wale waliokuwa na wapenzi zaidi ya mmoja na baada ya kuona ugonjwa huu hatari unawaua watu, waliacha tabia hiyo na kukaa na mpenzi mmoja.

❖ *Baada ya kusoma: Mchezo wa kuigiza*

Fikirini ninyi ni wanafunzi wa darasa la afya katika chuo kikuu kimoja huko Afrika ya mashariki. Mmeamua kuwaelimisha watu kuhusu madhara ya ugonjwa wa UKIMWI na malaria. Mnafanya utafiti kuhusu magonjwa hayo na baadaye mnatayarisha michezo miwili mifupi yenye lengo la kuelimisha wananchi kuhusu madhara ya UKIMWI na malaria. Kila kundi liandae mchezo mfupi na kuuonyesha mbele ya darasa. Michezo hii inaweza pia kuonyeshwa wakati wa maonyesho ya usiku wa utamaduni wa Kiafrika. Baada ya kucheza michezo hiyo wanafunzi wajadiliane kuhusu mada zilizosisitizwa katika kila mchezo.

D.   Kuimarisha sarufi - Kiambishi cha kati -*po*-

Kiambishi cha kati -**po**- *when* ni kiambishi kinachoonyesha muda. Kiambishi hiki huwekwa katikati ya kitenzi yaani kati ya kiambishi wakati na mzizi wa kitenzi. Pia neno **wakati** linaweza kutumika katika sentensi pamoja na kiambishi -**po**-
Kwa mfano:

-   *Mgonjwa ali**po**ugua malaria alitibiwa.*
-   *Wagonjwa wa ukimwi wali**po**pata nafuu walifurahi.*
-   *Wakati nili**po**kuja shuleni nilimwona mwalimu.*
-   *Wakati Utaka**po**maliza kula tafadhali njoo unione.*

Pia -**po**- *location* ni kiambishi cha kati cha kuonyesha **mahali**.
Kwa Mfano:

-   *Mahali ali**po**fika ni pazuri.*
-   *Mezani ali**po**kaa ni pasafi.*

Zoezi la kwanza: *Soma sehemu A, B na C. Kisha angalia matumizi ya kiambishi -**po**- na baadaye andika sentensi tano zenye kitenzi chenye kiambishi hiki chenye maana ya 'wakati'.*

1.
2.
3.
4.
5.

Zoezi la pili: *Soma sehemu A, B na C. Kisha angalia matumizi ya kiambishi* **-po-** *na baadaye andika sentensi tano zenye kitenzi chenye kiambishi hiki chenye maana ya 'mahali'.*

1.
2.
3.
4.
5.

E: Kuimarisha msamiati

Zoezi la kwanza: *Mkiwa katika vikundi vya wanafunzi wawili wawili angalieni na mjadili matumizi ya maneno haya kama yalivyotumika katika sehemu A, B na C. Kisha oanisheni neno la kundi la kwanza na tafsiri yake kutoka kundi la pili kwa kuandika namba ya neno hilo katika mabano.*

Kundi la kwanza	**Kundi la pili**
1. kumbukiza	( ) *needle*
2. kuugua	( ) *modern/ Contemporary*
3. kupoteza	( ) *blood*
4. kisasa	( ) *to be sick*
5. jitihada	( ) *health*
6. kujikinga	( ) *efforts*
7. kushambulia	( ) *temperature*
8. kuchangia	( ) *to vomit/ throw up*
9. damu	( ) *swimming pool*
10. sindano	( ) *to have a headache*
11. afya	( ) *infect*
12. kutapika	( ) *weather*
13. kukosa nguvu	( ) *to protect oneself*
14. dimbwi la kuogelea	( ) *to loose something/ someone*
15. jotoridi	( ) *to attack*
16. kawaida	( ) *to contribute*
17. kuumwa kichwa	( ) *usual*
18. chungu	( ) *it is better*
19. ni afadhali	( ) *to become weak/ lose strength*
20. hali ya hewa	( ) *bitter*

Zoezi la pili: *Wanafunzi waandike na wasomeane hadithi fupi kwa kutumia maneno hayo hapo juu.*

F.   Orodha ya msamiati

afya	*health*
ambatana	*go together with*
ambukiza	*infect, transmit*
aminika	*be believeable*
changia	*contribute*
dalili	*symptom*
damu	*blood*
dhoofisha	*causes weakness*
dimbwi	*pool of water*
gusa	*touch*
hamu ya chakula	*appetite for food*
harisha	*have diarrhea*
homa	*fever*
jamiiana	*have sexual intercourse*
jitahidi	*try hard*
jua (julikana)	*know (be known)*
kinga	*protect*
kizunguzungu	*dizziness*
kohoa	*cough*
kosa (kukosa nguvu)	*miss, lose (to lose strength)*
lala	*sleep*
mbele ya	*infront of*
miili	*bodies*
nyembe	*blades*
oga	*have a shower, take a bath*
paka (kujipaka)	*rub (to rub oneself with something)*
paswa (tunapaswa)	*be expected (we are expected)*
pewa	*be given*
pigana busu	*kiss each other*
poteza (kupoteza uzito wa mwili)	*lose something (to lose weight)*
punguka (pungukiwa damu)	*decrease (have a decrease in blood quantity)*
shambulia	*attack*
tapika	*throw up*
ugua	*get sick*
umwa (kuumwa kichwa)	*be sick (to have a headache)*
shinikizo la damu	*blood pressure*
sindano	*injections, needles*
toga masikio	*pierce ears*
ugonjwa (ugonjwa wa kuambukiza)	*illness (illness with transmitted disease)*
UKIMWI	*AIDS*

vidonda	*sores*
virusi vya HIV	*HIV Viruses*
wataalam	*professionals, experts*

*Mwanafunzi kutoka Marekani pamoja na wafanyakazi wa
kituo kimoja cha afya huko Zanzibar*

Mawasiliano kwa Vitendo
Non-Verbal Communication

Goals:

- To develop students' communication skills through conversations, interpretations and presentations of the information about Non-Verbal Communication.
- To enhance students' cultural understanding and enable them to compare and contrast non-verbal communication in Kiswahili and in their own languages.
- To enable students to connect to the discipline of communication and other related fields dealing with non verbal communications.
- To enable students to discuss Kiswahili grammatical structures and compare them with structures in students' own languages.
- To enhance students' knowledge of vocabulary phrases and idiomatic expressions.

A.   Mawasiliano kwa Vitendo

❖ *Kabla ya kusoma: Mazoezi ya kuzungumza na kuandika*

Fanya utafiti juu ya aina na matumizi ya alama za vitendo zilizomo katika lugha yako. Wasilisha utafiti wako darasani.

❖ *Wakati wa kusoma: Mazoezi ya ufahamu*

Kwa mujibu wa habari hii, je, kuna faida gani ya kuwa na uwezo wa kutafsiri vitendo na ishara kutoka lugha nyingine?

Je, watoto wakiwapa watu wazima kitu hufanyeje? Je, unafikiri nini juu ya utaratibu huu?

Eleza maana ya vitendo vinavyotumia kidole cha shahada katika jamii ya Waswahili.

*Msichana anawakanya wenzake waache
kupiga kelele*

*Mama huyu anamkanya mtoto wake wa
kiume*

*Mtoto wa kike anampa mama yake kitabu
kwa kutumia mikono miwili*

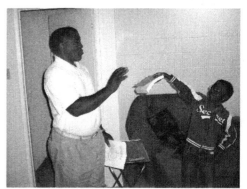

*Baba anakataa kitabu anachopewa na mtoto
wake kwa mkono mmoja!*

Msichana anapunga mkono kama ishara ya kusema kwa heri

Mawasiliano kwa vitendo

Watu wengi wamekuwa wakihusisha uwezo wa kujua lugha na ustadi katika kuiongea, kuiandika, kuisikia, kuisoma na pengine kuichambua lugha hiyo. Haya ni kweli, lakini kitu kimoja ambacho huwa hakiongelewi sana ni ule ujuzi wa kuvijua vitendo ambavyo hukutwa viko katika utamaduni wa lugha yoyote ikiwa ni aina mojawapo ya mawasiliano.

Baadhi ya vitendo vinavyopatikana katika lugha ya Kiswahili ni kushikana mikono wakati wa kusalimiana. Kitendo hiki ni cha kawaida katika jamii ya Waswahili na hakina maana mbaya. Mwanamke anaweza kumsalimia mwanamume kwa kushikana mkono. Lakini kwa utamaduni wa mahali pengine kitendo hiki kinaweza kuwa si kizuri hasa utamaduni unaosisitiza watu kutowashika wengine bila ya hiari yao. Kwa hiyo, kitendo cha kumgusa mtu katika jamii ya Waswahili sio cha kushangaza.

Katika mila za Kiswahili watu wazima huheshimiwa sana. Hivyo, kama wewe ni mdogo lazima utumie mikono miwili ukiwapa watu wazima kitu. Katika baadhi ya makabila ya Afrika ya Mashariki, kama kabila la Wahaya, kina mama, wasichana au wavulana wadogo hukunja goti kumpatia kitu mtu mzima. Mtoto anaweza kumpa mtu mzima kitu akiwa amesimama. Pia salamu zinazotolewa na watoto huambatana na vitendo. Katika utamaduni wa Waswahili kama ilivyokwishaelezwa katika sura ya utangulizi, watoto wana wajibu wa kuwasalimia wakubwa kwanza. Maamkio hayo huambatana na matendo mbalimbali kama vile kushika kichwa, kukunja goti au magoti na kubusu mkono wa mtu mzima. Vitendo hivi hufanyika kuonyesha heshima kwa watu wazima. Na wakati mdogo anaongea na mtu mzima, kitendo cha kuweka mikono mfukoni au mifukoni wakati unapoongea ni tabia mbaya. Vile vile kitendo cha kuangalia watu machoni wakati unaongea nao sio cha kawaida katika mila za Kiswahili. Watoto hukua wakielezwa kuwa kuwaangalia watu machoni ni tabia mbaya. Hivyo, wakiwa watu wazima wanakuwa na tabia hiyo ya kutoangalia watu machoni wakati wanaongea nao kwa sababu ya uzoefu waliokuwa nao tangu wakiwa watoto. Lakini katika tamaduni nyingine ukiongea na mtu bila kumwangalia machoni hata kama wewe ni mtoto tafsiri yake sio nzuri.

Waswahili hukonyeza jicho kwa njia ya kuwasiliana. Kwa kawaida vijana ndio wanaotumia mtindo huu wa kuwasiliana. Kwa mfano mvulana akimuona msichana mzuri anapita anaweza kumkonyezea ikiwa na maana kuwa anampenda au anataka kumtongoza. Watu wawili au zaidi wanaweza kukonyezana kama ishara juu ya jambo fulani ambalo ni wao tu wanalijua na wengine hawalijui..

Kitendo cha kupiga piga kidole cha shahada kwenye mdomo kinatumiwa na watu wengi katika jamii za Waswahili. Kitendo hiki wakati kikitumiwa lazima mhusika anayekitumia awaangalie wale anaowataka wanyamaze. Kwa mfano, watoto wakiwa ndani ya nyumba wanapiga sana kelele huku wazazi wanaongea, mzazi mmojawapo anaweza kufanya kitendo hicho ili kuwajulisha watoto wasipige kelele sana. Mzazi huyo hana haja ya kusema chochote kwani watoto wanajua maana ya kitendo hicho. Mfano mwingine ni huko shuleni wakati mwalimu anafundisha kama watoto wanaongea wakati anafundisha anaweza kutumia kitendo hicho kuwanyamazisha. Katika shule fulani huko Tanzania wanafunzi wa darasa fulani walikuwa na tabia ya kupiga kelele kama mwalimu hakuwemo darasani. Baada ya kelele zao kusikika sana hadi kwenye ofisi iliyokuwa jirani, mwalimu mwenye ofisi hiyo ya karibu aliamua kupita karibu na madirisha ya darasa hilo akipiga piga kidole chake cha shahada kwenye mdomo huku akiwaangalia wanafunzi. Walipomwona walinyamaza. Wazazi au watu wazima hufanya kitendo cha kumwangalia mtoto kwa ishara ya kumwonya asirudie makosa fulani. Kwa mfano mtoto kama atakuwa anaandika katika ukuta wa nyumba, mzazi anaweza kumwangalia na kupiga kidole cha shahada mkononi na huyo mtoto anaelewa kuwa namna hii ya kuangalia sio ya kupongeza bali ni kukanya.

Katika tamaduni nyingine kutumia kidole cha shahada kumwita mtu ni jambo la kawaida tu. Lakini katika jamii ya Waswahili ni vibaya kutumia kidogo cha shahada kumwita mtu. Mara nyingi mtu akimnyooshea mtu mwingine kidole cha shahada ni ishara ya kumwonya. Kwa mfano mtoto akifanya makosa wazazi wanaweza kumnyooshea kidole ili wakiwa na maana ya kumweleza asirudie tena. Hata hivyo, kidole cha shahada kikinyooshwa huku kimeelekezwa juu kina maana ya kuonyesha kuwa aliyoyasema mtu aliyekinyoosha ya kweli shahidi wake ni Mungu ambaye anajua kuwa mtu huyo amesema ukweli. Kitendo hiki pia kinatumika katika kuapa kama vile kusema 'Haki ya Mungu' huku umekinyoosha juu kidole cha shahada.

Mwisho kuna kitendo cha kukubali au kukataa na cha kuagana. Kwa mfano ukiwa unaongea na mtu katika jamii ya Waswahili, Mswahili akikubaliana na unachosema au unachomuuliza atainua kichwa chake juu na chini lakini ukiona anatingisha kichwa chake kushoto na kulia ujue huyo anasema 'Hapana. Haiwezekani'. Kama Mswahili akiwa anakuaga kwanza anakushika mkono na kukushukuru kwa kuja na pia anasema kwa heri na pia hunyoosha mkono wake juu na kutingisha huku kiganja kikiwa kimeelekea mbele. Hivi ni baadhi tu ya vitendo vinavyotumika katika mawasiliano na Waswahili. Hatuna budi tuvielewe maana zake kabla hatujaamua kuvitumia.

❖ *Baada ya kusoma: Mazoezi ya kuzungumza na kuandika*

Habari hii uliyoisoma inahusu lugha ya ishara na vitendo. Je, vitendo au ishara katika kifungu cha habari vinafanana au vinatofautiana na vile katika lugha yako? Toa mifano kuthibitisha majibu yako.

Jadiliana na mwanafunzi mwenzako kuhusu vitendo na ishara katika utamaduni wa Kiswahili. Tayarisheni mazungumzo yatakayohusisha vitendo hivyo. Mmoja wenu ajifanye ni mzaliwa wa Tanzania.

Fanya utafiti kuhusu vitendo na ishara nyingine ambazo hazikuelezwa katika kifungu cha habari. Tayarisha muhtasari wa utafiti wako na kuuwasilisha darasani ili ujadiliwe na wanafunzi wengine.

B.   Umuhimu wa mawasilino kwa vitendo

Jackson ni mwanafunzi kutoka Marekani. Amekwenda Tanzania katika ziara ya kielimu. Akiwa katika hoteli moja hapo jijini Dar-Es-Salaam anakutana na mteja mwingine aitwaye Amina. Wote wanakaa meza moja huku wakisubiri kifungua kinywa walichoagiza. Jackson anakata kimya kilichokuwepo kwa kuanzisha mazungumzo.

Jackson:	Hujambo dada?
Amina:	Sijambo kaka. Na wewe je?
Jackson:	Na mimi sijambo sana, asante. Je, jina lako ni nani na unatoka wapi?
Amina:	Jina langu ni Amina, ninatoka hapa hapa Tanzania na wewe je?
Jackson:	Mimi ninaitwa Jackson na ninatoka Marekani.
Amina:	Sasa umekuja kufanya nini hapa Tanzania?
Jackson:	Nimekuja kwa ziara ya kielimu. Ninatembelea Shule za Upili ili kuangalia wanavyofundisha Kiingereza.
Amina:	Kwani unapanga kuja kufundisha Kiingereza huku Tanzania?
Jackson:	Hapana, ninafanya utafiti wa tasnifu yangu.
Amina:	Vizuri. Je, mambo ya utafiti wako yanakwendaje? Unawapata wanafunzi na walimu wa kuwahoji?
Jackson:	Ndiyo, ninawapata na ninahojiana nao. Lakini kitu kimoja ambacho kimenishangaza wakati ninapokuwa nikiwahoji hawaniangalii machoni. Sijui kwa nini?
Amina:	Ni muhimu kujua maana ya matendo ukiwa katika utamaduni tofauti. Kwa mujibu wa utamaduni wetu watu wenye umri mdogo hawawezi kuwaangalia machoni wakubwa zao.
Jackson:	Hilo ni kweli. Matendo au ishara hutofautiana kulingana na utamaduni.
Amina:	Tangu utotoni tumekuwa tukielezwa kuwa tusiwaangalie watu machoni kwani kitendo hicho ni cha tabia mbaya. Watoto hukua na tabia hiyo ya kutowaanglia watu machoni mpaka wakiwa vijana wakubwa inakuwa vigumu kwao kubadilisha tabia hizo.
Jackson:	Mimi sikujua. Kwetu Marekani hatuna budi kuwaangalia machoni watu tunaoongea nao. Tusipowaangalia tunafikiriwa kuwa tunaficha kitu.
Amina:	Kwa hiyo ni muhimu kujua matumizi haya ya vitendo na ishara.
Jackson:	Ndiyo. Wakati mwingine maneno pekee hayatoshelezi kile unachotaka kukisema.
Amina:	Hivyo, tunaongezea vitendo ili tuweze kueleweka zaidi.
Jackson:	Je, unajua umuhimu mwingine?
Amina:	Ndiyo, vitendo au ishara husaidia kupunguza muda wa maongezi.
Jackson:	Ni kweli kwani badala ya kufafanua kwa kirefu ukitumia vitendo mtu

	huelewa.
Amina:	Vitendo pia husaidia kutufafanulia utamaduni wa mahali fulani.
Jackson:	Kwa njia hiyo tunajifunza kutafsiri utamaduni kupitia vitendo au ishara.
Amina:	Ndiyo, unasema kweli.
Jackson:	Sasa ninajua kuwa katika utamaduni wa Kiswahili mdogo kumwangalia mkubwa wake wakati wakiongea si lazima.
Amina:	Vitendo au ishara hujenga tabia ya kujiamini katika mawasiliano.
Jackson:	Kweli, ukiwa si muongeaji mzuri unaweza kueleweka baada ya kutumia vitendo.
Amina:	Vitendo au ishara hutunza siri za watu pia.
Jackson:	Ndiyo, mkitaka mtu mwingine asijue mipango yenu mnaweza kutumia ishara na kuweza kutunza siri zenu bila kujulikana.
Amina:	Kwa njia hiyo vitendo au ishara hudumisha usalama na amani.
Jackson:	Kweli. Mkitumia ishara au vitendo mtu asiyejua hawezi kuwafikiria vibaya kwani ninyi pekee ndio mnaojua maana ya ishara hizo.
Amina:	Hivyo, vitendo ni muhimu na ni uti wa mgongo wa mazungumzo.
Jackson:	Ndiyo. Lakini vitendo vikitumika au kutafsiriwa vibaya huleta kutoelewana au sivyo?
Amina:	Kweli. Na kwa hiyo ni bora kuvitumia na kuvitafsiri kwa uangalifu. Ikitokea hukuelewa vitendo hivyo ni bora kuuliza.
Jackson:	Hasa! Ninaona mhudumu anatuletea chai yetu.
Amina:	Ndiyo. Asante kwa maongezi nimeyafurahia sana.
Jackson:	Asante na wewe. Nami nimefurahi kuzungumza nawe juu ya mada hii.

❖ Baada ya Kusoma: Mazoezi ya kuzungumza na kuandika

Fikiri upo katika mji mmoja nchini Tanzania na unakutana na rafiki yako. Jiunge na mwanafunzi mwingine na msalimiane na mjitambulishe na mwelezane kuhusu familia zenu. Katika mazungumzo yenu hakikisheni mnatumia aina mbalimbali za mawasiliano ya vitendo katika jamii ya Waswahili.

Ulipompa mwalimu wako kitabu chake alichokuwa amekuazima hukumpa mkononi. Ulimwekea mezani tu na kuona kuwa hakufurahia kitendo hicho. Eleza utafanya nini.

C.   Mazoezi ya utamaduni - Umuhimu wa kujua maana za ishara na vitendo

Mtaalam mmoja aliwahi kusema kuwa kila lugha na utamaduni wake vina wenyewe. Alichomaanisha ni kwamba mambo mengi tunayoyakuta katika lugha na tamaduni mbalimbali yapo kwa makusudi maalum. Katika lugha ya Kiswahili licha ya watu kuongea kwa kutumia maneno wanaweza kuwasiliana kwa ishara na vitendo. Vitu hivi viwili vikitumika huwa vina maana iliyokusudiwa.

Kwa wenyeji wa Kiswahili wataelewa maana na matumizi yake. Lakini kwa mtu mgeni labda itakuwa ni vigumu kuelewa maana ya vitendo au ishara hizo kwa kuwa havimo katika utamaduni wake. Hata kama wanavyo katika utamaduni vinaweza kuwa na maana na matumizi tofauti. Kwa kuwa ishara au vitendo ni sehemu ya utamaduni wa jamii na vikitendeka hufuata misingi ya jamii hiyo. Mtumiaji yeyote wa kigeni hana budi kuvielewa kabla hajavitumia. Kwa Waswahili wanaovitumia kuwasiliana na watu kutoka utamaduni mwingine, wana wajibu wa kuwafafanulia maana na matumizi yake ili waweze kueleweka. Hivyo, ni muhimu sana kujua maana na matumizi ya matendo na ishara zozote kabla hujaamua kuvitumia.

❖ *Baada ya kusoma: Mchezo wa kuigiza*

Baada ya kupitia tena kifungu cha habari, mazungumzo na maelezo ya utamaduni jitayarishe kuandaa mchezo kuhusu matumizi ya ishara na vitendo:

Darasa ligawanyike katika makundi mawili. Kila kundi lijichagulie mada ya kuandikia mchezo. Mada hiyo lazima iwezeshe kila kikundi kuwa na mazungumzo yanayotumia ishara na vitendo mbalimbali kama vilivyoelezwa katika kifungu cha habari na mazungumzo. Wanafunzi wanaweza kufanya utafiti zaidi kuhusu vitendo vingine. Mwalimu atoe muda wa kutosha kwa wanafunzi ili waweze kujiandaa kwa kuandika mchezo utakaotumia ishara na vitendo, kuukariri na baadaye kuucheza. Mwishoni mwa michezo yote miwili wanafunzi wachague mwakilishi mmoja kutoka kila kundi ili aongoze majadiliano ya wanafunzi wote darasani.

D.   Kuimarisha sarufi - Matumizi ya 'kwa'

Neno **kwa** lina matumizi mbalimbali. Matumizi haya yanaweza kuwa na maana ya *in, by, for, of* au *with* kwa Kiingereza. Kwa mfano:

- *Amina alisafiri kwa basi.*
- *Jackson aliongea na Amina kwa Kiswahili.*
- *Ninakaa karibu na nyumbani kwa John.*
- *Mwalimu hakuja kwa sababu anaumwa.*
- *Mwanafunzi aliandika insha kwa penseli*

Zoezi la kwanza: Soma sehemu A, B na C. Kisha angalia matumizi ya 'kwa' baadaye fanya sentensi zako mwenyewe kwa kutumia vifungu vya maneno vifuatavyo:

1. kwa mfano
2. kwa kushikana
3. kwa hiyo
4. kwa kweli
5. kwa nini

6. kwa njia
7. kwa kuwa
8. kwa Waswahili

Zoezi la pili: *Andika insha yenye urefu usiopungua ukurasa mmoja ukitumia aina mbalimbali za 'kwa'*

E: Kuimarisha msamiati

Zoezi la kwanza: *Mkiwa katika vikundi vya wanafunzi wawili wawili angalieni na mjadili matumizi ya maneno haya kama yalivyotumika katika sehemu A, B na C. Kisha oanisheni neno la kundi kwanza na tafsiri yake kutoka kundi la pili kwa kuandika namba ya neno hilo katika mabano.*

Kundi la kwanza	Kundi la pili
1. ishara	( ) *secret*
2. kuboresha	( ) *to disrespect*
3. mawasiliano	( ) *to be surprised*
4. kushikana	( ) *adults*
5. hadhara	( ) *instead*
6. kukumbatiana	( ) *signs*
7. watu wazima	( ) *left and right*
8. kuangalia	( ) *must*
9. mkasi	( ) *communication*
10. juu na chini	( ) *experience*
11. kudharau	( ) *in public*
12. kushoto na kulia	( ) *scissors*
13. lazima	( ) *to make it better*
14. badala	( ) *up and down*
15. uzoefu	( ) *see or look at*
16. siri	( ) *to hug each other*
17. kushangaa	( ) *to explain*
18. kufafanua	( ) *to touch each other*

Zoezi la pili: *Wanafunzi waandike na wasomeane hadithi fupi kwa kutumia maneno hayo hapo juu.*

F. Orodha ya msamiati

ajabu	*amazing, wondrous*
angalia	*watch out, look at*
badala ya	*instead of*
bahati	*fortune, luck*
bana	*press, squeeze*
bembeleza	*comfort*
boresha	*make better*
busu	*kiss*
chai	*tea*
dharau	*disrespect, insult, ignore*
fadhaisha	*confuse*
fafanua	*explain clearly*
fedheha	*discrace*
fupi	*short*
furaha	*happiness*
goti	*knee*
gusa	*touch*
hadhara	*public*
hatari	*danger*
heshima	*respect*
hiari	*voluntarily*
husisha	*relate*
ingawa	*although*
ili	*in order to, so that*
inua	*raise, lift, place above*
ishara	*sign(s)*
jamii	*society*
juu na chini	*up and down*
kabisa	*absolutely, exactly, completely*
kanisani	*in/at the church*
kata	*cut*
kifungua kinywa	*breakfast*
kiganja	*palm of the hand*
kua	*grow*
kulia na kushoto	*left and right*
kusudi	*aim, purpose, goal*
kweli	*true*
lingana	*comparable, similar, resemble*
maaskari polisi	*polisi officers, military police*
machoni	*in the eyes*

maongezi	*conversations*
mawasiliano	*communication*
mbaya	*bad*
mbona	*why*
mhudumu	*waiter, waitress*
miaka	*years*
mifukoni	*in the pockets*
mila	*customs, traditions*
mkasi	*scissors*
msikitini	*at/in the mosque*
mtaalam	*professional, expert*
nguo	*cloth*
omba	*request, beg*
onekana	*be seen*
pekee	*alone, unique*
samahani	*excuse*
shangaa (shangaza)	*be surprised (cause surprise)*
shikana	*hold each other*
shukuru	*give thanks*
shule za Upili	*secondary schools*
siri	*secret, confidential*
subiri	*wait*
tabia	*behavior*
tafsiri	*translate*
tangu	*since*
tasnifu	*dissertation*
tofauti	*different*
uangalifu	*carefulness*
uchi	*nakedness*
uwezo	*ability*
uzoefu	*experience*
vaa	*put on, wear*
vigumu	*hard , not easy*
wajibu	*responsibility*
watu wazima	*adults*
wenyeji	*local people*
weza (haiwezekani)	*be able (it can not be, it is not possible)*
ziara	*visit*

Sura ya Tisa
Chapter Nine

Kanga kama chombo cha Mawasiliano
Kanga as a tool of communication

Goals:

- To develop students' communication skills through conversations, interpretations and presentations on communication using the traditional cloth 'kanga'.
- To enhance students' understanding of indirect communication in written format in East Africa and compare with similar kind of communication in students' own countries.
- To enable students to discuss Kiswahili grammatical structures and compare them with structures in students' own languages.
- To enhance students' knowledge of vocabulary, phrases and idiomatic expressions used on the kanga.

A.   Mawasilino kwa kutumia kanga

❖ *Kabla ya kusoma: Mazoezi ya kuzungumza na kuandika*

Kifungu cha habari kifuatacho kinazungumza juu ya mawasiliano ya maandishi katika Afrika ya Mashariki kwa kutumia aina ya nguo iitwayo kanga. Katika miji mikubwa mingi ya Marekani kuna mawasiliano yanayoandikwa juu ya mashati (T-shirts). Zungumza na wanafunzi wengine juu ya aina hii ya mawasiliano na andika insha fupi.

❖ *Wakati wa kusoma: Mazoezi ya ufahamu*

Maneno 'kanga' na 'leso' yana maana moja lakini asili tofauti. Eleza asili hizi.
Kifungu cha habari kimeorodhesha matumizi mbali mbali ya kanga. Taja matumizi mawili ambayo umeyapenda zaidi kuliko yote na toa sababu zako.

Misemo mitatu ya kanga imetajwa katika kifungu cha habari. Je, misemo hii ina maana gani?

Kwa nini maandishi ya kanga ni muhimu kuliko nakshi au rangi za kanga?

Mawasilino kwa kutumia kanga

Kanga au leso kama wanavyosema Waswahili wa Kenya ni chombo cha mawasiliano. Mtu hanunui kanga kwa sababu ya rangi zake au nakshi zake tu lakini pia kwa sababu ya ujumbe ambao umeandikwa juu ya kanga. Ujumbe huu unaweza kuwa ujumbe wa mapenzi, au ujumbe wa kumpa mtu nasaha, kufundisha, au kutoa shukrani. Na kuna ujumbe ambao unaonyesha wazi kwamba aliyevaa kanga haelewani na mtu mwingine. Kabla ya kuangalia maandishi mbali mbali ya kanga tutaeleza kwa ufupi historia na matumizi ya kanga.

Kanga: aina ya ndege

Mama Lulu amembeba Lulu ubeleko

Kanga ni jina la aina ya ndege mwenye rangi nyeusi na madoa doa meupe. Kanga za kwanza zilikuwa na rangi na nakshi kama ya ndege huyo. Kwa hivyo nguo hizi zikaitwa kanga katika visiwa vya Unguja na Pemba. Neno 'leso' lina asili ya Kireno. Wazo la awali la kutengeneza nguo hii lilianza kwa kuunga pamoja leso sita. Kanga au leso zilikuwa hazina maandishi lakini baadaye misemo ya Kiswahili ilianza kuandikwa. Kwa kawaida kanga hutumiwa na wanawake ndani ya nyumba na nje ya nyumba. Doti ya kanga huwa kanga mbili za namna moja. Kanga moja ni ya kujifunga kiuononi na kanga ya pili kujitanda kichwani. Wanaume wanaweza kutumia kanga nyumbani tu. Kwa kawaida mwanamke anatumia upande mmoja na mume wake upande mwingine wakati wa kulala.

Mama Ahmed amejitanda kanga

Mama Nancy amejifunga kanga kiunoni

Pamoja na kujifunga na kujitanda au kuvaa kulalia kanga zina matumizi mengine mengi. Kanga zinaweza kutumiwa kama mapazia, au kutandika kitanda au kufunika meza. Mtu anaweza kuweka kanga chini na kukalia kama mkeka. Mama mwenye mtoto mchanga anaweza kutumia kanga kama ubeleko wa kumbebea mtoto. Anapoolewa biarusi hupewa doti nyingi za kanga achukue nyumbani kwake atumie yeye na mumewe. Kanga ni zawadi nzuri kwa mume kumpa mkewe, na kwa mtoto kumpa mama yake. Wavulana wanaweza kuwapa dada zao zawadi ya kanga na masahib wanawake wanaweza kupeana kanga kama zawadi.

Wakati wa kununua kanga ni lazima mtu aangalie kwa makini maandishi ya kanga. Kwa mfano, kanga zenye maandishi yafuatayo hawezi kupewa mtu ye yote tu:

1. Si mizizi si hirizi kanipenda kwa mapenzi
2. Nani kama mama
3. Dua njema kwako mpenzi

Kanga yenye maandishi ya kwanza ni ya ugomvi. Kwa kawaida haitolewi zawadi. Mwanamke akivaa kanga hii, huwa ana ujumbe wa kumpa mtu mmoja mahususi au watu wengine kama majirani au marafiki kwa jumla. Kanga yenye maandishi ya pili kwa kawaida hupewa mama kama zawadi kutoka kwa watoto wake, wavulana au wasichana kwa vile wanavyomthamini. Na kanga ya tatu kwa kawaida mume humpa mke wake. Kanga hii pia hupewa mama, dada, rafiki anayependwa sana na inaweza kutoka kwa msichana au mvulana.

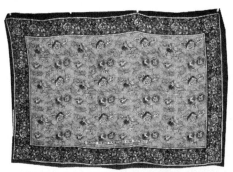

Si mizizi si hirizi kanipenda kwa mapenzi

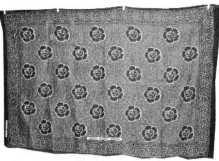

Nani kama mama

Dua njema kwako mpenzi

❖ *Baada ya kusoma: Mazoezi ya kuzungumza na kuandika*

Kifungu cha habari hapo juu kimetaja misemo mitatu na mazungumzo yafuatayo katika sehemu ya B yanazungumzia juu ya maandishi ya siasa. Fanya utafiti wa misemo mingine ya kanga. Tafuta picha tatu za kanga zenye misemo tofauti. Eleza maana ya misemo hiyo na pia nakshi za kanga na rangi zilizotumiwa. Je, utaweza kutoa zawadi kanga zenye misemo hii? Kama 'ndiyo' utampa nani zawadi hizo? Kama 'siyo' kwa nini hutoweza kuzitoa kanga hizo kama zawadi?

Umealikwa katika darasa la Kiswahili la mwaka wa kwanza kuzungumza juu ya kanga. Utawaeleza wanafunzi hawa nini?

Fananisha mawasiliano ya kanga na mawasilaino yanayofanyika unakokaa kama maandishi kwenye nguo, kwenye kuta, na kadhalika.

B.   Maandishi ya siasa

Wanawake wawili mjini Zanzibar wanazungumza juu ya kanga zenye maandishi ya siasa au maandishi ya kuendeleza sera fulani za serikali.

Mwanamke wa kwanza:	Tazama maaandishi ya kanga ile, yanasemaje?
Mwanamke wa pili:	Yanasema 'Wape wape vidonge vyao …
Mwanamke wa kwanza:	'…. wakimeza wakitema ni shauri yao'
Mwanamke wa pili:	Ni sehemu ya nyimbo moja sijui imeimbwa na nani.
Mwanamke wa kwanza:	Hata mimi simkumbuki mwimbaji lakini ni wimbo unaowafanya wasichana kusimama na kupeana mipasho. Yule ni mwanakaf au siyo?
Mwanamke wa pili:	Ndiyo. Wanakaf na wakereketwa wote walivaa kanga hizi sana wakati wa kampeni ya uchaguzi lakini wanaendelea mpaka sasa ijapokuwa chama cha CUF kimeshindwa. Wanafikiri kwamba huenda uchaguzi mwengine CUF ikashinda
Mwanamke wa kwanza:	Angalia kuna kanga nyingine ya siasa. 'CCM mwaka mmoja'. Kanga hii ni ya zamani na bado bibi yule anayo!
Mwanamke wa pili:	CCM ilipotimiza mwaka mmoja katika mwaka sabini na nane kulikuwa na sherehe kubwa sana. Na kanga hizi ziliuzwa na kununuliwa kwa wingi sana.
Mwanamke wa kwanza: 'Elimu	Nakumbuka kulikuwa na maandishi mengine kama
	kwa wote' kuwahamasisha wakubwa kwa wadogo kwenda shule na kuendelea na masomo na pia kujifunza kusoma na kuandika kwa wazee waliokuwa hawajawahi kwenda

	skuli. Na pia 'Afya njema kwa wote' kuimarisha afya na kuwataka watu hasa akina mama na watoto wao waende kupata matibabu au kupimwa katika zahanati.
Mwanamke wa pili:	Na pia unakumbuka 'Udumu muungano' tulipoungana na Tanganyika kufanya Tanzania?
Mwanamke wa kwanza:	Nakumbuka. Kama ulivyosema juu ya kanga za 'CCM mwaka mmoja', kanga za 'Udumu muungano' zilinunuliwa kwa wingi pia.

❖ *Baada ya kusoma: Mazoezi ya kuzungumza na kuandika*

Mazungumzo haya yanaonyesha kwamba vyama vya siasa vinatumia kanga kuendeleza vyama vyao au kutoa maoni yao. Je, msemo 'Wape wape vidonge vyao wakimeza wakitema ni shauri yao' una maana gani? Kwa nini unafikiri mwanamke huyo amevaa kanga yenye msemo huo?

Serikali ya Tanzania inatumia kanga kuendeleza miradi mbali mbali kama ilivyorodheshwa hapo juu. Fananisha njia hii ya kuendeleza miradi na njia zinazotumiwa na serikali au vikundi binafsi katika nchi yako kuendeleza na kujulisha watu juu ya miradi yao.

Fikiri kwamba wewe na mwenzako mwengine mko kwenye kijiji kimoja huko Kenya na pamoja na wanavijiji mmeanzisha kikundi kisicho cha serikali cha kuhifadhi mazingira. Ninyi pamoja na wanakijiji wawili mna wazo la kuagizia kanga zenye picha itakayoonyesha msimamo wenu pamoja na msemo utakaoeleza lengo lenu. Choreni mfano wa kanga na mwaeleze wanakijiji kwenye mkutano wa chama sababu za kuchagua picha, msemo, na rangi za kanga kabla ya kupeleka maagizo yenu kwenye kiwanda kimoja cha kutengeneza kanga mjini Nairobi.

C.   Maelezo ya utamaduni - Kanga kama sehemu kuu ya maisha

Matumizi ya kanga yanafuata desturi mbali mbali za wazungumzaji wa Kiswahili. Kanga hutumiwa katika sehemu kuu za maisha: arusi, uzazi, na kifo. Kama ilivyoelezwa hapo juu bi arusi hupewa doti nyingi za kanga atumie nyumbani yeye na mumewe. Na kama akihudhuria sherehe mbali mbali anaweza kujitanda kanga aipendayo. Bi arusi hufundishwa na somo yake vipi kutumia kanga hizi. Magharibi inapoingia, lazima azifukize kwa udi na azipake mafuta ya haliudi, au marashi. Wakati wa kulala kanga ziwe zinanukia. Siku za arusi biarusi hufunikwa kanga anapopelekwa chooni na somo yake. Anapozaa, hasa kama akijifungua nyumbani, mkunga humfunika mtoto kwa kanga. Mwanamke akifariki, mwoshaji maiti humwosha na kumkausha kwa kutumia kanga. Kanga hizi baadaye huwa mali ya mwoshaji.

Wanawake wa vijijini hujifunga kanga kiunoni wanapokwenda shambani kulima. Wanatengeneza kata ya kuwekea ndoo kichwani wanapokwenda kuchota maji. Wanawake wa dini ya Kiislamu hujifunga na kujitanda kanga wakati wa kusali. Wengine hujifunga na kujitanda kutoka nje badala ya kuvaa buibui (au baibui), na wengine hujitanda juu ya buibui.

Udi, chetezo, na mirashi   *Bibi amejitanda kanga juu ya buibui*

❖ *Baada ya kusoma: Mchezo wa kuigiza*

Darasa lenu la Kiswahili limekaribishwa katika maonyesho yaliyotayarishwa na chama cha walimu wa Kiswahili kusherehekea siku kuu ya utamaduni wa kimataifa chuoni kwenu. Mmeombwa mwonyeshe namna mbalimbali kina mama huko Afrika Mashariki wanavyotumia kanga. Katika matayarisho hayo, kwanza, kila mwanafunzi afanye utafiti kuhusu angalau namna moja ya utumiaji wa kanga. Pili, kila mwanafunzi aeleze utumiaji huo unaashiria nini au kwa nini watu wanatumia kanga kwa namna hiyo. Tatu, wanafunzi wazingatie matumizi ya methali zilizopo katika kanga.

D.   Kuimarisha sarufi - Matumizi ya 'kama'

Kama ina maana tofauti katika sentensi hizi kama ilivyoonyeshwa katika tafsri ya Kiingereza. Mara nyingine **kama** inaweza isitumiwe lakini viambishi **-vyo-** na **-ki-**lazima vitumike. Angalia mifano ifuatayo:

1. Kanga au leso, **kama** wana**vyo**sema Waswahili wa Kenya, ni chombo cha mawasiliano = Kanga au leso, wana**vyo**sema Waswahili wa Kenya, ni chombo cha mawasiliano
Kanga or leso, as Kiswahili speakers from Kenya say, is a means of communication.

2. Na **kama** a**ki**hudhuria sherehe mbali mbali anaweza kujitanda kanga moja = Na a**ki**hudhuria sherehe mbali mbali anaweza kujitanda kanga moja.
And if she attends various celebrations she can use one kanga to cover her head.

Zoezi la kwanza: *Kuna mifano mingine katika sehemu ya A, B, na C? Itafute na uiandike hapa chini:*

1.   2.   3.

Zoezi la pili: Kwa kila kiambishi, tunga sentensi tatu, sentensi moja bila ya neno **kama.**

'kama' na kiambishi **'-vyo-'**

1.   2.   3.

'kama' na kiambishi **'-ki-'**

1.   2.   3.

E.   Kuimarisha msamiati

Zoezi la kwanza: Mkiwa katika vikundi vya wanafunzi wawili wawili angalieni na mjadili matumizi ya maneno yaliyotumika katika sehemu za A, B na C. Kisha oanisheni neno la kundi la kwanza na tafsiri yake kutoka kundi la pili kwa kuandika namba ya neno hilo katika mabano. Wanafunzi katika kila kikundi waandike na wasomeane hadithi fupi kwa kutumia maneno haya.

Kundi la kwanza	Kundi la pili	
1. nakshi	(	) *smell nicely*
2. nasaha	(	) *specific*
3. shukrani	(	) *pattern*
4. ugomvi	(	) *pills*
5. masahib	(	) *pair*
6. mahsusi	(	) *advice*
7. vidonge	(	) *midwife*
8. doti	(	) *mat*
9. mkunga	(	) *thanks*
10. nukia	(	) *black veil*
11. mkeka	(	) *friends*
12. buibui	(	) *quarrel*

Zoezi la pili: Fananisha maneno. Chagua neno kutoka kundi la pili lenye uhusiano na neno kutoka kundi la kwanza. Andika neno kwenye mstari. Tunga hadithi fupi juu ya matumizi ya kanga kwa kutumia vifungu vya maneno ulivyofananisha.

Kundi la kwanza

1. fukiza _____

2. chota _____

3. funga kanga _____

4. tanda kanga _____

5. peana _____

6. doti _____

7. toa _____

Kundi la pili: kichwani; shukrani; mipasho; udi; kanga; maji; kiunoni

F. Orodha ya msamiati

akina (akina mama)	*folks (female folks, mothers)*
asili	*original*
beba	*carry*
doa	*spot(s), dot(s)*
doti	*pair*
dua	*prayer*
dumu	*last, stay for a long time*
funika	*cover*
hirizi	*amulet, charm, talisman*
jumla (kwa ujumla)	*total (in total)*
kaf (mwanakaf)	*CUF – Civic United Front (CUF member)*
kanga	*traditional cloth, wrapper*
kidonge	*pill*
Kireno	*Portuguese*
kiuononi	*around the waist*
kujitanda	*over the head and shoulders*
kumbuka	*remember*
leso	*traditional cloth, wrapper*
mahususi	*especially*
makini	*carefully*
mapenzi	*love*
meza	*swallow*
mkeka	*mat*
mtoto mchanga	*baby*
mzizi	*root*
nakshi	*design(s)*
namna	*kind, type*
nasaha	*advice*

pazia	*curtain*
sahib	*friend*
shauri (ni shauri yao)	*decision (it's their decision)*
shukuru (toa shukrani)	*thank (give thanks)*
tandika kitanda	*make the bed*
tazama	*look, watch*
tema	*spit*
tibu	*cure*
timia	*complete*
ubeleko	*baby carrier*
ugomvi	*quarrel*
ujumbe	*message*
wahi (hawajawahi)	*ever (they have never)*
wakereketwa	*zealous supporters/members*
wazi	*clearly*
wazo	*thought*
zahanati	*clinic*
zawadi	*gift*

Chetezo cha kufukiza udi

Sherehe, nyimbo za taarab na ngoma za kienyeji
Festivals, taarab songs, and traditional dances

Goals:

- To develop students' communication skills through conversations, interpretations and presentations of the information about traditional festivals in East Africa.
- To enhance students' understanding of different traditions in East Africa and compare them to those of students' own countries.
- To enable students to connect to the discipline of oral literature and other related fields.
- To enable students to discuss Kiswahili grammatical structures and compare them with structures in students' own languages.
- To enhance students' knowledge of vocabulary, phrases and idiomatic expressions used in traditional festivals.

A.   Sherehe za arusi

❖ *Kabla ya kusoma: Mazoezi ya kuzungumza*

Zungumza juu ya desturi za arusi katika jamii yako. Kunatokea nini kabla ya arusi, wakati wa arusi na baada ya arusi?

❖ *Wakati wa kusoma: Mazoezi ya ufahamu*

Katika kifungu cha habari siku tano za arusi zimeelezwa kwa kirefu. Ni siku gani hizo? Na kila siku ina lengo gani?

Eleza juu ya jukumu la somo wa biarusi.

Nyimbo zinazoimbwa arusini huwa na ujumbe gani kwa maarusi?

Eleza juu ya jukumu la kadhi.

Sherehe za arusi

Kuna sherehe nyingi za mila na utamaduni katika jamii za wazungumzaji wa Kiswahili. Katika sherehe hizi, hasa sherehe za arusi, huchezwa ngoma tofauti za kienyeji na huimbwa nyimbo za taarab na nyimbo za aina nyingine. Baadhi ya ngoma zinazochezwa katika arusi ni ngoma ya unyago na ngoma ya beni. Harusi za Waswahili kwa kawaida husherehekewa kwa muda wa siku saba. Kila siku huwa na lengo maalum. Kuna siku ya unyago. Siku hii ni siku ya mwari kupelekwa chooni (bafuni) kuogeshwa na somo yake. Somo humfunza bi arusi mambo muhimu ya kujiweka katika hali ya usafi wakati atakapokwenda kwa mumewe. Hali kadhalika, nyimbo za unyago humpa bi arusi mafunzo mbali mbali ya maisha. Nyimbo moja inamtahadharisha biarusi kwamba atapata maumivu kidogo atapokutana na mumewe. Bi arusi anatarajiwa kuwa bikira wakati atapokutana na mumewe kwa mara ya kwanza. Na pia nyimbo hii humpa hongera bi arusi kwa kuonekana katika hali ya ubikira.

Siku nyingine muhimu ni siku ya shinda. Siku ya shinda ni siku ambayo jamaa na marafiki, hukusanyika nyumbani kwa bi arusi kumpa zawadi bi arusi. Ngoma ya unyago huchezwa siku ya shinda pia. Somo husimama juu ya meza na kucheza kwa kufuata mdundo wa ngoma ya unyago na kuonyesha zawadi alizopewa bi arusi. Baada ya kuonyesha zawadi somo humwita mama wa bi arusi aje mbele ya watu kucheza. Ndugu na marafiki pia huitwa waje mbele kukata viuno. Anapomwita mama wa bi arusi, somo huimba: *'Yu wapi e? Yu wapi mamaye arusi aje hapa tufurahike naye'*. Anapomwita dada wa bibi arusi anatumia 'dadaye' badala ya 'mamaye': *'Yu wapi e? Yu wapi dadaye arusi aje hapa tufurahike naye'*. Hali kadhalika hubadilisha majina anapowaita mabibi, mashangazi, mama wakubwa na wadogo, marafiki na jamaa wengine waje mbele ya hadhara ya watu kucheza na kufurahia zawadi alizopata biarusi. Bi arusi hupata zawadi nyingi siku hii. Miongoni mwa zawadi anazopata ni vyombo vya dhahabu, kanga, na aina nyingine za nguo, na pia mahitaji ya nyumbani.

Siku nyingine muhimu ni siku ya akdi ambayo ni sherehe ya kidini. Wanaume hukusanyika msikitini na ndoa hufungwa rasmi na kadhi. Baada ya msikiti bwana arusi akifuatana na kadhi na jamaa wengine anakwenda nyumbani kwa bi arusi. Kadhi humwuliza bi arusi kama amekubali kwa ridhaa yake mwenyewe kuolewa. Halafu bwana arusi na bi arusi huweka sahihi kwenye shahada ya ndoa. Siku hii ni siku ya kuingia bwana arusi nyumbani.

Siku ifuatayo baada ya siku ya akdi kuna sherehe ya kuwaonyesha na kuwajulisha bi arusi na bwana arusi kwa jamaa na marafiki. Sehemu maalum yenye jukwaa hukodiwa. Maarusi hukaa jukwaani na kutumbuizwa kwa nyimbo za taarab. Nyimbo nyingi huimbwa kuwapongeza maarusi na kuwapa nasaha ili waishi pamoja kwa mapenzi na kupatana.

Bwana arusi na bi arusi hukaa nyumbani kwa wazazi wa bi arusi kwa muda wa siku saba. Muda huu huitwa fungate na maarusi kwa desturi hawatoki nje na hukaa ndani wakihudumiwa kwa kupewa chakula na matakwa yao mengine. Baada ya fungate hufuata siku ya beni, siku ya kumsindikiza bi arusi nyumbani kwake. Beni hupigwa njiani kutoka nyumbani kwa wazazi wa bi arusi kuelekea nyumbani kwake atakokaa na mumewe. Wapigaji ngoma ni wanaume na huwa mbele wakifuatiwa na bi arusi na bwana arusi waliozungukwa na wanawake wanaocheza kufuatia mdundo wa beni. Wanawake hawa kwa kawaida huwa wamejitanda kanga sare zilizoagizwa maalum kwa arusi.

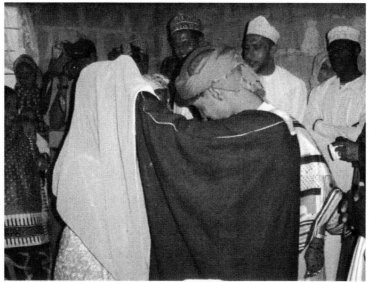

Akdi, nyumbani kwa bi arusi

Akdi, sherehe ya wanaume

Sherehe ya wanawake

❖ *Baada ya kusoma: Mazoezi ya kuzungumza na kuandika*

Zungumza juu ya arusi za Waswahili na arusi katika jamii yako. Arusi hizi zinafanana vipi na zinatofautiana vipi? Je, kuna desturi iliyofanana na desturi ya 'fungate' ya Waswahili?

Fanya utafiti juu ya arusi katika kabila moja jengine la Afrika. Fananisha desturi za arusi za kabila hili na desturi za arusi za Waswahili na za jamii yako.

B.   Waimbaji wa Afrika ya Mashariki

Vijana wawili wana mradi wa shule juu ya waimbaji mbalimbali wa Afrika ya mashariki wa zamani na wa sasa. Wanazungumza na mzee mmoja anayejua historia ya waimbaji

Kijana wa kwanza:	Shikamoo mzee.
Mzee:	Marahaba.
Kijana wa pili:	Shikamoo.
Mzee:	Marahaba. Habari zenu?
Kijana wa pili:	Salama. Habari za chama chenu cha muziki?
Mzee:	Kinaendelea. Je, mnataka kujiunga nasi?
Kijana wa pili:	Tungependa sana lakini tuna mradi wa shule wa kuandika juu ya waimbaji mbali mbali wa Afrika ya Mashariki wa zamani na wa sasa.
Kijana wa kwanza:	Tunawaelewa akina Dudu Baya wa Bongo Flava huko Tanzania bara na Cool Para wa hapa Zanzibar.
Mzee:	Hao waimbaji wa sasa mimi siwajui. Lakini kwa waimbaji

wa zamani kuna wengi. Baadhi yao ni Siti binti Saad mwimbaji wa kike wa zamani kabisa. Kuna Zuhura Swaleh kutoka Kenya na Remmy Ongala mwenye asili ya Kongo.

Mnataka kujua mwimbaji yupi?

Kijana wa pili: Tungependa tujue habari zao wote hao.

Mzee: Sawa kaeni basi msikilize. Siti binti Saad alikuwa mwimbaji wa kwanza wa kike wa hapa Unguja wa nyimbo za taarab. Alikuwa mwimbaji maarufu aliyetia fora katika miaka ya elfu moja mia tisa na ishirini. Alikuwa mwimbaji pekee wa wakati huo mwenye nyimbo zilizouzwa kwenye rekodi. Siti binti Saad alipata nafasi ya kusafiri Bara Hindi kutengeneza rekodi za nyimbo zake na katika safari hizo alikutana na mwimbaji mwingine maarufu wa kike kutoka Misri .. Ummu Kulthum.

Kijana wa kwanza: Asante. Tunaweza kwenda katika mtandao wenye maelezo zaidi juu ya Siti binti Saad. Na Zuhura Swaleh je?

Mzee: Zuhura Swaleh ni mwenyeji wa Nairobi lakini sasa anakaa Mombasa na katika miaka ya 1960 na 1970 alialikwa sehemu mbali mbali za pwani Mombasa na Malindi kuimba katika sherehe za arusi. Kikundi chake kiliitwa Kidogo Okestra.

Kijana wa pili: Na Remmy Ongala umesema ametoka Kongo? Alikuwa maarufu pia?

Mzee: Ndiyo alijulikana sana kwa mtindo wake wa nyimbo za Kiswsahili na Kikongo.

Kijana wa kwanza: Tunashukuru sana kwa msaada wako. Mradi wetu utafanikiwa kabisa. Sasa tuna maelezo mengi ya kuandika. Nafikiri tutakuja kujiunga na chama chako wakati wa likizo tujifunze kupiga vinanda.

Mzee: Sawa. Baada ya mradi wenu ningependa mnieleze juu ya waimbaji wa kisasa.

Kijana wa pili: Sawa.

❖ *Baada ya kusoma: Mazoezi ya kuzungumza na kuandika*

Vijana katika mazungumzo hapo juu walisema watapata maelezo zaidi juu ya Siti binti Saad, Remi Ongala, na Zuhura Swaleh kwenye mtandao. Unafikiri wamepata maelezo gani zaidi? Fanya utafiti na andika insha ya kulinganisha maisha na kazi za usanii za waimbaji hawa.

Mzee anataka kujua juu ya waimbaji wa kisasa. Fanya utafiti juu ya waimbaji wawili wa kisasa waliotajwa katika mazungumzo au wengineo. Zungumza juu ya waimbaji hawa na andika insha.

Katika sehemu unayotoka kuna waimbaji wa kisasa na wa kizamani? Chagua waimbaji wawili mmoja wa kisasa na mwengine wa kizamani na uwafananishe na waimbaji wa Afrika ya Mashariki.

Siti binti Saad

Siti binti Saad alipotembelea India

Zuhura Swaleh

Remy Ongala

C.   Maelezo ya utamaduni - Kutunza

Katika sherehe nyingi za Waswahili kuna desturi ya kutunza waimbaji au wachezaji wa ngoma za kienyeji. Kwa mfano katika sherehe za taarab, mwimbaji anapoburudisha watu siku ya kuonyesha bi arusi na bwana arusi, wazazi na ndugu wa maarusi huenda mbele ya jukwaa na kucheza kidogo kufuata mdundo wa nyimbo na baadaye humtunza mwimbaji kwa kumpa pesa kidogo kama noti ya shilingi elfu moja yenye thamani ya dola moja hivi ya Kimarekani. Wanawake wengine hutumia fursa hii ya nyimbo za taarab na desturi ya kutunza kupeana mipasho. Kama mmoja wa wanawake aliyehudhuria arusi anafikiri kwamba ujumbe unaoimbwa katika nyimbo ni ujumbe ambao angependa kumpelekea mwanamke aliye ukumbini pale, basi mwanamke huyo huinuka kwenda kutunza. Kwanza hucheza huku akinyanyua juu mkono wenye noti ya kutunza na kuwaangalia watazamaji akiwemo huyo anayetaka aupate ujumbe unaoimbwa. Anapomaliza kucheza huenda kumtunza mwimbaji na kurudi kitini kwake kukaa. Naye aliyepewa ujumbe husubiri nyimbo nyingine yenye maneno yatakayojibu yale ya kwanza na husimama kwenda kutunza kufuata mtindo wa yule mwanamke wa kwanza. Watu wote waliohudhuria arusi wanaelewa kwamba wanawake hawa wawili wana ugomvi na 'wanajibizana' kwa kupitia waimbaji wa nyimbo za taarab. Aina hii ya nyimbo za taarab zenye ujumbe kama huu huitwa '*rusha roho*'.

❖ *Baada ya kusoma: Mchezo wa kuigiza*

Fikiri wewe na mwanafunzi mwengine ni waimbaji wa nyimbo za taarab. Fanyeni utafiti juu ya nyimbo mbili za taarabu, moja ya zamani na nyingine ya sasa. Zileteni nyimbo hizo darasani ili wanafunzi wenzenu wazisikilize na baadaye muongoze majadiliano kuhusu maana, matumizi na faida ya nyimbo hizo na vipi nyimbo hizo mbili zimetofautiana, na kwa nini mmechagua nyimbo hizo. Mnaweza kuzipata nyimbo hizo katika mtandao au hata katika CD na kaseti.

D.   Kuimarisha sarufi - Matumizi ya '-enye'

Kwenye sehemu ya A, B, na C kuna sentensi zifuatazo zinazotumia '-enye' ikiwa na maana ya **amba_ _na** kama kwenye mifano ifuatayo:

Sehemu maalum **yenye** jukwaa hukodiwa > Sehemu maalum **ambayo ina** jukwaa hukodiwa.
A special place, which has a stage, is rented.

Mtandao **wenye** maelezo zaidi juu ya Siti bibti Saad. > Mtandao **ambao una** maelezo zaidi juu ya Siti binti Saad.
The internet which has more information on Siti binti Saad.

Aina hii ya nyimbo za taarab **zenye** ujumbe huitwa 'rusha roho' > Aina hii ya nyimbo za taarab **ambazo zina** ujumbe huitwa 'rusha roho'
This kind of taarab songs which have such messages are called 'rusha roho'.

Zoezi la kwanza: Rudia sehemu ya sarufi juu ya **Viwakilishi Rejeshi** *kwenye sura ya kwanza halafu andika mifano ya* **-enye** *na* **amba- -na** *kama mfano wa i.*

	Nomino	'-enye'	'amba- -na'
1	mtu	i. **mwenye** ii. Mtu mwenye ngoma ni mchezaji mzuri	**ambaye ana** Mtu ambaye ana ngoma ni mchezaji mzuri
2.	watu		
3	mdundo		
4	midundo		
5	jukwaa		
6	majukwaa		
7	kinanda		
8	vinanda		
9	nyimbo		
10	nyimbo		
11	unyago		

Zoezi la pili: *Kwa kila mfano uliotoa wa* **-enye** *na* **amba- -na**, *andika sentensi kamili kama mfano wa ii hapo juu.*

E.   Kuimarisha msamiati

Zoezi la kwanza: *Mkiwa katika vikundi vya wanafunzi wawili wawili angalieni na mjadili matumizi ya maneno yaliyotumika katika sehemu za A, B na C. Kisha oanisheni neno la kundi la kwanza na tafsiri yake kutoka kundi la pili kwa kuandika namba ya neno hilo katika mabano. Wanafunzi katika kila kikundi waandike na wasomeane hadithi fupi kwa kutumia maneno haya.*

Kundi la kwanza	Kundi la pili
1. mwari	( ) *agree voluntarily*
2. hadharisha	( ) *get up, stand*
3. kusanyika	( ) *entertain*
4. akdi	( ) *be successful*
5. ridhaa	( ) *young unmarried woman*
6. nyanyua	( ) *musical instrumets (banjo)*
7. tumbuiza	( ) *raise*
8. peana mipasho	( ) *escort*
9. sindikiza	( ) *caution*
10. inuka	( ) *beat of drum or music*
11. fanikiwa	( ) *marriage ceremony*
12. vinanda	( ) *surpass beyond expectation*
13. tia fora	( ) *assemble, get together*

Zoezi la pili: *Nini maana ya msemo* **kata kiuno** *uliotumiwa kwenye sehemu ya A? Kuna misemo mingine inayotumia* **kata**. *Nini maana ya misemo hii? Tumia kila msemo katika sentensi itakayoonyesha maana kamili. Tafuta misemo mingine yenye* **kata**.

1. kata kiuno
2. kata roho
3. kata njia
4. kata na shoka
5. kata kata

F.   Orodha ya msamiati

agiza	*order*
akdi	*marriage ceremony*
Bara Hindi	*India*
beni	*band*
bikira	*virgin*
choo	*bathroom, rest room*
dhahabu	*gold*
fana	*be successful*
funza	*teach, instruct*
hadhara	*infront of people, in public*
hadhari	*precaution*
hongera	*congratulations*
jamii	*society*
jukwaa	*platform*
kadhi	*Islamic religious leader*
kienyeji	*traditional*
kinanda	*type of musical instrument*
kodi	*rent*
kukata viuno	*to move the waist line while dancing*
kusanya	*assemble, gather*
mdundo	*beat of a drum*
mila	*customs*
miongoni	*among*
Misri	*Egypt*
mtandao	*internet*
nasaha	*advice*
ndoa	*marriage*
oga	*wash, shower, take a bath*
patana	*get along*
pekee	*alone, unique*
pongeza	*congratulate*
rasmi	*official*
ridhaa	*voluntarily*
sahihi	*signature*
sare	*uniform, dressed alike*
shahada	*certificate*
shinda	*whole day event*
sindikiza	*accompany*
somo	*traditional female instructor*
taraji	*expect*

tia fora	*excel*
tumbuiza	*entertain*
umia	*get hurt*
unyago	*type of traditional dance by women*
utamaduni	*culture*
zunguka	*go round, surround*

Mashirika yasiyo ya kiserikali nchini Tanzania
Non-governmental organizations in Tanzania

> **Goals:**
>
> - To develop students' communication skills through conversations, interpretations, and presentations of the information about non-governmental organizations in Tanzania
> - To enhance students' cultural understanding and enable them to compare and contrast both non-governmental organizations systems in Swahili speaking communities and in their own communities
> - To enable students to connect to the discipline of political science and other related fields dealing with non governmental organizations.
> - To enable students to discuss Kiswahili grammatical structures and compare them with structures in students' own languages
> - To enhance students' knowledge of vocabulary, phrases, and idiomatic expressions.

A.   Mashirika yasiyo ya kiserikali nchini Tanzania

❖ *Kabla ya kusoma: Mazoezi ya kuzungumza na kuandika*

Jadili mfumo wa mashirika yasiyo ya kiserikali na umuhimu wa mashirika hayo katika nchi unayotoka. Kisha jiandae kuyasoma uliyoyaandika mbele ya wanafunzi wengine ili yajadiliwe

❖ *Wakati wa kusoma: Mazoezi ya ufahamu*

Mashirika ya TANGO na AMANI yana malengo gani?

Kwanini Watanzania wengi wanapenda kupata huduma kutoka mashirika yasiyo ya kiserikali?

Mwandishi wa kifungu hiki cha habari amesema kuwa mashirika yasiyokuwa ya kiserikali nchini Tanzania yamekuwa **mstari wa mbele** *katika kusaidia kuinua hali ya maendeleo ya jamii ya Watanzania. Je, unafikiri maneno hayo yana maana gani?*

Hii ni nembo ya umoja wa mashirika yasiyo ya kiserikali nchini Tanzania.

Mashirika yasiyo ya kiserikali nchini Tanzania

Mashirika yasiyokuwa ya kiserikali nchini Tanzania yamekuwa mstari wa mbele katika kusaidia kuinua hali ya maendeleo ya jamii ya Watanzania. Kazi mbalimbali zilizofanywa na mashirika haya ni pamoja na kuwasaidia Watanzania wengi katika kuboresha afya, sheria, elimu, uzazi wa majira, haki za binadamu, umoja, na malezi bora.

Watanzania wengi wamekuwa wakiyakimbilia mashirika haya yasiyokuwa ya kiserikali ili kupata huduma kwa sababu mashirika hayo yaliyo mengi hutoa huduma zao bure au kwa gharama ndogo. Ni kweli kuna mashirika ya kiserikali nchini Tanzania lakini hayo pekee hayawezi kamwe kukidhi matakwa ya wananchi wote. Mashirika yasiyo ya kiserikali nchini Tanzania yana umoja wao unaojulikana kwa jina la Kiingereza "The Tanzania Association of Non-Governmental Organizations (TANGO)".

TANGO ina dhamira ya kuhakikisha kuwa mambo muhimu yanayowagusa watu yanashughulikiwa kwa undani. Mambo hayo ni kama kuziheshimu sheria, kukuza amani, kupunguza tofauti ya jinsia katika utoaji wa huduma, kuelimisha, kuhimiza au kuboresha haki za binadamu na msisitizo katika uongozi bora. Kwa hiyo TANGO ni chombo cha watu na kipo kwa ajili ya watu na kinasisitiza umuhimu wa vyama visivyo vya kiserikali kushirikiana kwani kuna huduma za jamii ambazo haziwezi kushughulikiwa na shirika moja tu bali muungano wa baadhi ya mashirika kadhaa yasiyo ya kiserikali.

Ili shughuli za haya mashirika yasiyo ya kiserikali ziendeshwe kwa malengo maalum, kila shirika binafsi lina malengo ambayo limepanga kuyatekeleza. Kwa mfano shirika mojawapo ni 'Amani Children's Home' ambalo limejizatiti kulinda watoto wa mitaani yaani wasio na mahali pa kuishi. Linashughulikia watoto yatima ambao wazazi wao walifariki kwa ugonjwa wa UKIMWI. Shirika hili lilianzishwa mnamo mwaka 2001 na makao makuu yake yako Dar-Es-Salaam. Hivyo, mashirika haya yote na mengine mengi yana wajibu mkubwa kuhudumia jamii.

❖ *Baada ya kusoma: Mazoezi ya kuzungumza na kuandika*

*Katika kifungu cha habari,***afya, sheria, elimu, uzazi wa majira, haki za binadamu, umoja, na malezi bora** *ni mambo ambayo hushughulikiwa na mashirika yasiyo ya kiserikali. Jiunge na wenzako ili mjadiliane ni kwa jinsi gani mashirika hayo yanafanikiwa kutimiza mambo hayo? Baada ya majadiliano tayarisheni majibu yenu kwenye kompyuta kwa kutumia* **Power Point** *na kila mmoja wenu awasilishe baadhi ya vipengele hivyo.*

Mwandishi amesema kuwa **TANGO ni chombo cha watu na kipo kwa ajili ya watu.** *Je, msemo huo una maana gani? Fikiri kuwa umechaguliwa kutoa maelezo juu ya maana ya msemo huo darasani. Andika kwa kifupi utakavyoeleza kuhusu msemo huo.*

Baada ya kuisoma habari hii, je unafikiri kama yasingelikuwepo mashirika yasiyo ya kiserikali nchini Tanzania kungelitokea nini kwa wananchi?

B.   Umuhimu wa mashirika yasiyo ya kiserikali

Habibu ni mwanafunzi wa somo la Kiswahili katika Chuo Kikuu kimojawapo nchini Marekani na ametembelea ofisi kuu ya TANGO iliyoko Kijitonyama jijini Dar-Es-Salaam nchini Tanzania kwa lengo la kutaka kujua umuhimu wa mashirika yasiyokuwa ya kiserikali. Yafuatayo ni mahojiano yake na Meneja mkuu wa TANGO:

Habibu:	Kama tulivyoongea juzi, nimekuja kukuhoji kuhusu umuhimu wa TANGO.
Meneja:	Sawa, kwa hiyo unataka tuanze sasa hivi?
Habibu:	Ndiyo mimi niko tayari. Je, TANGO ni nini?
Meneja:	Kwanza, TANGO ni umoja wa mashirika yasiyokuwa ya kiserikali hapa Tanzania.
Habibu:	Je, kuna mashirika kama mangapi katika umoja huu?
Meneja:	Yapo mashirika zaidi ya mia sita.
Habibu:	Kumbe ni mashirika mengi mno. Je, umuhimu wa mashirika hayo ni nini?
Meneja:	Mashirika haya hutoa huduma mbalimbali kwa wananchi
Habibu:	Huduma hizo ni kama huduma gani?
Meneja:	Huduma za afya, sheria, elimu, uzazi wa majira, haki za binadamu, umoja Na kadhalika.
Habibu:	Kwa hiyo, kila shirika lina huduma zake linazozitoa?
Meneja:	Ndiyo, umenena. Kila shirika lina huduma zake maalum linazozitoa.
Habibu:	Je, unaweza kunipa mifano ya majina mawili ya mashirika unayoyasema na shughuli maalum ambazo mashirika hayo yanafanya?
Meneja:	Ndiyo ninaweza. Mojawapo ya mashiriki haya ni shirika la 'Maarifa ni Ufunguo' ambalo makao makuu yake yako Arusha na malengo ya shirika hilo ni kuendeleza utafiti wa kielimu, kurekebisha sera na maendeleo ya taifa.
Habibu:	Naona hili ni shirika linaloshughulikia mambo muhimu sana. Je, shirika jingine ni lipi?
Meneja:	Shirika jingine ni Tanzania Education Network au Mtandao wa Elimu Tanzania lenye jukumu la kuunganisha wataalam wanaohusika na Elimu ili waweze kuinua na kuendeleza sekta ya elimu. Makao makuu yake yako jijini Dar-Es-Salaam.
Habibu:	Je, wananchi wanagharimia huduma hizi?
Maneja:	Mashirika mengi hayatozi malipo. Hata kama kuna yanayotoza ni malipo kidogo tu.
Habibu:	Kwa hiyo mashirika haya yanachangia sana katika maendeleo ya nchi?
Meneja:	Ndiyo, mashirika haya yanachangia katika maendeleo ya kisiasa, kiuchumi na kijamii.
Habibu:	Katika maendeleo ya kijamii vyama hivi vinafanya nini?
Meneja:	Katika mambo ya kijamii yanatoa huduma za elimu, afya, malezi ya

	watoto, na kadhalika.
Habibu:	Je, katika siasa mchango wa mashirika haya ni upi?
Meneja:	Mchango mkubwa ni kuhamasisha watu kujua haki, sheria na siasa nchini
Habibu:	Na katika uchumi je, mashirika hayo hutoa huduma gani?
Meneja:	Mashirika haya hujihusisha katika kilimo, uchumi, na biashara ndogo ndogo.
Habibu:	Asante sana kwa muda uliuutumia kujibu maswali yangu.
Meneja:	Asante sana kwa mahojiano. Tunawahitaji watu kama ninyi ili tuzitangaze shughuli zetu.
Habibu:	Kweli, tena leo nimeongea na mkurugenzi wa gazeti moja hapa nchini. Je, ungelipenda mahojiano haya yawekwe gazetini humo?
Meneja:	Mimi sina kipingamizi. Ni kwa njia za vyombo vya habari wananchi watajua shughuli zetu.
Habibu:	Asante sana. Kwa heri.
Meneja:	Asante. Kwa heri ya kuonana.

❖ Baada ya kusoma: Mazoezi ya kuzungumza na kuandika

Je, ni mambo gani makuu uliyojifunza kutoka katika mazungumzo ya Habibu na Meneja wa TANGO? Chagua mawili kati ya hayo uyaeleze kwa kirefu.

Fikiria kuwa wewe ni Habibu na unamhoji meneja wa TANGO. Je, ni mambo gani ungemwuliza meneja huyo ambayo Habibu hakuuliza?

Fanya utafiti juu mashirika yasiyo ya serikali katika nchi ya Kenya au Uganda. Andika insha juu ya mashirika haya na wasilisha darasani matokeo ya utafiti wako..

C.   Maelezo ya utamaduni - Kusaidiana

Katika maisha ya jamii ya Waswahili mashirika yasiyo ya kiserikali yamekuwa ni chachu ya maendeleo ya watu wa kila aina. Mashirika haya yamechangia kwa kiasi kikubwa mambo mengi muhimu ambayo ni sehemu ya utamaduni wa Waswahili. Kwa mfano afya, sheria, elimu, uzazi wa majira, haki za binadamu, umoja, na malezi bora ni badhi ya vitu amabvyo mashirika hayo yamekuwa yakivishughulikia. Swali la kujiuliza ni kwa nini mashirika haya yanaamua kushughulikia maisha haya ya jamii? Zipo sababu za msingi kwamba katika jamii ya Waswahili swala la kushirikiana limekuwepo tangu zamani. Kushirikiana na kusaidiana ni sehemu ya jadi na utamaduni wetu. Mashirika haya yanapokuwa na sera za kuwasaidia wanajamii yanaendeleza misingi mizuri iliyowekwa tangu zamani ya kusaidia wanaohitaji msaada huo.

Utamaduni wa kusaidiana hujenga tabia ya kujiamini miongoni mwa wananchi. Wananchi wanajua fika kuwa wanapohitaji msaada kuwa shirika fulani lipo pale kwa ajili yao. Ndiyo maana watu wengi hukimbilia katika mashirika hayo zaidi ya mashirika ya kiserikali. Fikiria kama mashirika haya yasingekuwepo ni nini kingetokea kwa wanajamii katika jamii za Waswahili? Ukweli ni kwamba matatizo mengi ya wananchi yasingetatuliwa kama ilivyo sasa. Haya mashirika yanatoa huduma bure au kwa gharama ndogo na ndiyo maana yanapendwa sana na watu wengi. Kwa msingi huo kama mashirika haya yanayagusa na kuyaendeleza maisha ya wanajamii kwa kiasi fulani hatuna budi kusema mashirika haya nayo ni sehemu ya utekelezaji wa utamaduni wa jamii.

❖ *Baada ya kusoma: Mchezo wa kuigiza*

Fikiri kwamba wewe ni mwanachama wa shirika moja lisilo la Kiserikali huko Tanzania, Kenya, au Uganda na mwenzako mmoja ni mwanachama wa shirika la Kiserikali. Andaeni mazungumzo kuonyesha tofauti za mashirika hayo ya aina mbali mbali za kazi za kila shirika katika jamii. Karirini mazungumzo hayo na myazungumze mbele ya wanafunzi wengine. Baada ya kufanya mazungumzo hayo wapeni nafasi wanafunzi wenzenu kuwauliza maswali.

D.   Kuimarisha Sarufi - Matumizi ya -pi (**which**)

Kiambishi **'-pi'** *hutumika kuuliza swali. Ili kiambishi hiki kiwe na maana lazima kitanguliwe na kiambishi awali kinachokubaliana na nomino inayokitangulia kiambishi hicho.*

Kwa mfano:

*1. Unataka kitabu ki**pi**?*
Katika sentensi au swali hili hapo juu, nomino **kitabu** *kinatangulia kiambishi* **kipi**. *Hivyo* **ki-** *ni kiambishi kinachokubaliana na nomino* **kitabu**.

*2. Ni mtoto yu**pi** aje leo?*
Katika sentensi au swali hili hapo juu, nomino **mtoto** *inatangulia kiambishi* **yupi**. *Hivyo* **yu-** *ni kiambishi kinachokubalina na nomino* **mtoto**. *Katika Kiswahili hatusemi* **Ni mtoto api?** *ingawa* **a-** *ni kiambishi awali cha mtoto.*

Zoezi la kwanza: *Andika maswali kwa kutumia muundo wa* **'-pi'** *na jibu maswali kama mfano wa kwanza.*

1. mwalimu/kuja jana.
Mwalimu yupi alikuja jana? Mwalimu aliyekuja jana ni yule mwalimu wa Historia.

2. mti/anguka
3. kitabu/chanika.
4. ndizi/iva.
5. ubao/chafuka.
6. daftari/potea

Zoezi la pili: Badilisha sentensi zako hapo juu kwa kutumia nomino katika hali ya wingi

E.   Kuimarisha msamiati

Zoezi la kwanza: Mkiwa katika vikundi vya wanafunzi wawili wawili angalieni na mjadili matumizi ya maneno haya kama yalivyotumika katika sehemu A, B na C. Kisha oanisheni neno la kundi la kwanza na tafsiri yake kutoka kundi la pili kwa kuandika namba ya neno hilo katika mabano.

Kundi la kwanza	**Kundi la pili**
1. mstari wa mbele	( ) *gender*
2. mashirika	( ) *peace*
3. sheria	( ) *to insist/ to emphasize*
4. chachu	( ) *social development*
5. kamwe	( ) *frontline*
6. msaada	( ) *economic development*
7. kujiamini	( ) *in the big city*
8. jadi	( ) *to be confident*
9. dhamira	( ) *never*
10. haki za binadamu	( ) *political development*
11. huduma	( ) *purpose*
12. kuhakikisha	( ) *organizations*
13. jinsia	( ) *to know for sure/ they are certain*
14. kusisitiza	( ) *traditions*
15. jijini	( ) *law*
16. kujua fika	( ) *catalyst*
17. maendeleo ya Kisiasa	( ) *services*
18. maendeleo ya Kiuchumi	( ) *human rights*
19. maendelo ya kijamii	( ) *to double check, to confirm*
20. amani	( ) *aid, help*

Zoezi la pili: Wanafunzi waandike na wasomeane hadithi fupi kwa kutumia maneno hayo hapo juu.

F.   Orodha ya msamiati

afya	*health*
amani	*peace*
baadhi	*some*
bali	*but*

bora (kuboresha)	*better (to make better)*
bure	*free, without paying*
chombo	*instrument*
dhamira	*aim*
elimu (elimisha)	*education (educate)*
gharama	*expenses*
haki za binadamu	*human rights*
hakika (hakikisha)	*sure (double check, make sure)*
hali	*condition*
himiza	*encourage*
huduma	*service*
jinsia	*gender*
kadhaa	*several, unspecific number*
kamwe	*never, not at all*
kidhi	*fulfil*
kuza	*enhance*
punguza	*reduce*
shirikiana	*work together, collaborate*
shughulikiwa	*be helped or served*
kwa ajili ya	*because of*
maendeleo	*development*
malezi bora	*good upbringing*
matakwa	*needs*
msisitizo	*insistence*
mstari wa mbele	*frontline*
muungano	*union*
nembo	*logo*
nyanja	*area, field*
pekee	*alone*
serikali (kiserikali)	*government (governmental)*
sheria	*law*
umoja	*unity*
uongozi	*leadership*
uzazi wa majira	*family planning*
vyama	*parties*
wananchi	*citizens*

Harambee nchini Kenya
Harambee in Kenya

Goals:

- To develop students' communication skills through conversations, interpretations and presentations of the information about the History of Harambee in Kenya.
- To enhance students' cultural understanding and enable them to compare and contrast both Harambee system and the Harambee like activities in Swahili communities and in their own communities.
- To enable students to connect to the discipline of political science, sociology and other related fields dealing with organizations.
- To enable students to discuss Kiswahili grammatical structures and compare them with structures in students' own languages.
- To enhance students' knowledge of vocabulary, phrases, and idiomatic expressions.

A.   Harambee nchini Kenya

❖ *Kabla ya kusoma: Mazoezi ya kuzungumza na kuandika*

Ukisikia neno 'harambee' unafikiri nini? Eleza kwa kirefu mawazo yako juu ya neno hili.

❖ *Wakati wa kusoma: Mazoezi ya ufahamu*

Neno harambee lina maana gani na asili yake ni wapi?

Mwandishi anasema Harambee imejenga Wakenya kuwa na mwamko wa kujitegemea. Je msemo **'mwamko wa kujitegemea'** *una maana gani?*

Kwa nini Wangari Mathai alishinda tuzo ya Nobel?

Harambee

Harambee ni falsafa ya taifa la Kenya ambayo kuanzishwa kwake kuna historia ndefu. Mwandishi Ombudo (1986) anaeleza kuwa Harambee ni neno la kibantu linalotokana na neno la Halambee. Anasema kuwa neno hili asili yake ni kule pwani ya Kenya ambapo wasafirishaji wa bidhaa walikuwa wakilitumia hasa katika sehemu za Mombasa, Lamu, Malindi na baadaye katika nchi nzima ya Kenya.

Ngethe (1979) anasema kuwa neno Harambee lina maana ya kuwashirikisha Wakenya wote katika maendeleo ya nchi yao. Kutokana na msingi huu neno Harambee limekuwa linatumiwa katika siasa ili kuhamasisha wananchi wa Kenya kufanya kazi kwa nguvu, kuwajibika na kukamilisha malengo na mipango ya maendeleo ya jamii zao na taifa lao. Harambee nchini Kenya inaweza kulinganishwa na falsafa ya "Ujamaa na kujitegemea" nchini Tanzania au "humanism" huko Zambia.

Akong'a (1989) anasema kuwa Harambee ni falsafa ambayo ina lengo la kuleta maendeleo ya jamii ya Wakenya na kuwapa mwamko wa kujitegemea. Pia inahamasisha mashirika yote ya umma na ya binafsi na vyama vya ushirika kushirikiana kuweza kuharakisha maendeleo ya wananchi. Harambee iliundwa kutokana na misingi mbalimbali ikiwemo kuwahimiza Wakenya wote kujihusisha katika maendeleo na kufaidi matunda au mazao ya jitihada zao, na kuwaelimisha wakenya wote kufahamu kuwa miradi yoyote ambayo inasimamiwa kupitia Harambee lazima itokane na mahitaji ya watu. Msingi mwingine ni kuhakikisha kuwa utekelezaji wa miradi unagharamiwa na mali au fedha za sehemu ambapo miradi inafanyikia ili kuinua jamii ya mahali pale.

Katika harakati za Harambee, Wakenya wamekuwa wakishirikiana kuiendeleza Harambee. Kwa mfano, Wangari Mathai amekuwa ni kati ya watu waliochochea maendeleo ya Harambee. Wangari ni mzaliwa wa Kenya na ni mwanamke wa kwanza wa Kikenya kupata shahada ya juu ya Ph.D. Yeye ni mtu maarufu sana ambaye amechangia katika maendeleo ya Kenya na Harambee kwa ujumla. Amefanya mambo mengi kama vile utetezi wa haki za wanawake. Alianza kushughulikia maswala ya wanawake wa Kenya tangu mwaka 1964. Pia amekuwa akishughulikia demokrasia, haki za binadamu, amani, utunzaji wa mazingira, na mengine mengi. Mwaka 2004 alikuwa mshindi wa <u>Nobel Peace Prize.</u>

Mathari alianzisha umoja wa Green Belt Movement ambao umekuwa mstari wa mbele kuhakikisha kuwa mazingira huko Kenya yanatunzwa ipasavyo. Aliwahamasisha wanawake kupanda miti ili Wakenya wasisahau umuhimu wa upandaji miti na kutunza mazingira. Licha ya chama hiki kilichoanzishwa na Wangari kuna vyama vingine vya Harambee ambavyo vimekuwa vikishirikiana katika kilimo, harusi, misiba na elimu.

Wangari Mathai

Dhana ya Harambee imevuka mipaka ya nchi ya Kenya na kusababisha kuundwa vikundi vya Harambee mbalimbali ambavyo vimeanzishwa katika nchi mbalimbali duniani. Kwa mfano, huko Toronto nchini Canada kuna vituo vya Harambee ambavyo vinatoa ushauri bure au kwa malipo madogo kuhusu maswala mbalimbali ya kijamii na kiuchumi. Huko Uingereza kuna kikundi kinachoitwa Harambee Schools Kenya. Kikundi hiki hushughulikia maendeleo ya elimu huko Kenya ijapokuwa ofisi yake kuu iko huko Uingereza.

Kwa hiyo, kuwepo kwa Harambee kumesaidia sana kujenga umoja na ushirikiano miongoni mwa Wakenya. Umoja huo umedumisha amani kwa kiasi fulani katika jamii hizo. Ni ukweli usiopingika kuwa Harambee tangu zamani imekuwa ni gurudumu la kuwaletea maendeleo Wakenya na kwa kuwa falsafa hii inasisitiza uwajibikaji na ushirikiano katika kufanya kazi au miradi mbalimbali kwa ajili ya wananchi wote ambao watafaidika na miradi hiyo. Harambee imekuwa ni mojawapo ya falsafa zilizofanikiwa katika nchi za Afrika Mashariki. Hatuna budi kuwapongeza Wakenya walioianzisha falsafa hii bila kumsahau Hayati Mzee Jomo Kenyatta ambaye alikuwa ni mmojawapo wa Wakenya walioikomboa Kenya. Mungu amrehemu, Amin!

Hii ni mojawapo ya nembo za Harembee

❖ *Baada ya kusoma: Mazoezi ya kuzungumza na kuandika*

Katika kifungu cha habari mwandishi amelinganisha falsafa ya Harambee nchini Kenya na ile ya Ujamaa nchini Tanzania. Fanya utafiti juu ya falsafa ya ujamaa ulinganishe kufanana na kutofautiana kwa falsafa zote mbili. Jiandae kufanya majadiliano darasani.

Fikiri kuwa umo katika darasa la Kiswahili katika Chuo Kikuu kimoja nchini Marekani. Umekaribishwa na wanafunzi wengine wa Kiswahili kujiunga katika majadiliano yahusuyo Harambee nchini Kenya. Je, unafikiri ni mambo gani yatakayoongelewa katika mjadala wenu? Andika mambo hayo kwa kifupi katika insha yenye aya tatu kisha ijadili na wanafunzi wengine.

Wakati uko Kenya umebahatika kukutana na Bibi Wangari Mathai. Ungetaka kujua nini zaidi kuhusu shirika lake na kuhusu tuzo yake ya Nobel? Wewe na mwenzako fanyeni mazungumzo kama mchezo wa kuigiza.

B. Mafanikio ya Harambee

Ni rahisi kueleza kuhusu mafanikio ya kitu fulani kama wewe umefaidika na kitu hicho. Mwanafunzi Laura kutoka chuo kikuu kimojawapo nchini Marekani ametembelea nchini Kenya kwa ajili ya kufanya utafiti wake wa tasnifu kuhusu falsafa ya Harambee. Leo, ni siku yake ya kuongea au kuwahoji wananchi na kwa bahati njema amekutana na Mkenya mmoja anayejulikana kwa jina la Adam naye aliwahi kufaidika na huduma za Harambee. Basi, mahojiano yao yalikwenda kama hivi ifutavyo:

Laura:	Mimi ni Laura
Adam:	Na mimi ni Adam
Laura:	Hujambo bwana Adam?
Adam:	Sijambo, habari yako?
Laura:	Nzuri na wewe habari za kazi?
Adam:	Nzuri. Je, unatokea nchi gani?
Laura:	Ninatokea Marekani. Nimekuja kufanya utafiti wangu wa tasnifu kuhusu Harambee
Adam:	Unataka kujua nini kuhusu Harambee?
Laura:	Leo ninataka kujua mafanikio ya Harambee kwa wananchi wa Kenya.
Adam:	Vema, yapo mafanikio mengi kuhusu Harambee. Mojawapo kubwa likiwa ni umoja miongoni mwa Wakenya.
Laura:	Ni umoja gani ambao Harambee ilileta?
Adam:	Harambee imeboresha umoja wa wananchi wa Kenya. Wananchi wanashirikiana.
Laura:	Wanashirikiana katika mambo gani?
Adam:	Wanashirikiana katika mambo ya michango ya Elimu na kusaidia wenye maafa.

Laura:	Kuna mafanikio mengine?
Adam:	Ndiyo, Harambee imeweza kuleta mwamko wa kujitegemea kwa Wakenya.
Laura:	Je, mwamko huo unasaidia nini?
Adam:	Mwamko huo unawasaidia Wakenya wasiwe kupe wala mirija na wafanye kazi kwa bidii.
Laura:	Je, kuna mafanikio mengine?
Adam:	Ndiyo, Harambee imeweza kuleta amani na imehimiza uwajibikaji.
Laura:	Je, wewe umefaidika vipi na Harambee?
Adam:	Kwanza Harambee ndiyo iliyonisaidia kupata nauli ya kwenda masomoni.
Laura:	Je, ulikwenda masomoni wapi na ulisomea nini?
Adam:	Nilikwenda Uingereza kusoma digrii ya uzamili katika sheria na nimerudi mwezi huu.
Laura:	Je, ni kwa namna gani nauli ya kukusafirisha ilichangwa?
Adam:	Hiyo ni hadithi ndefu. Kwa kweli nilipopata barua ya kuitwa masomoni na kuelezwa kuwa nijilipie nauli sikuamini kama ningepata pesa hiyo ya nauli. Nilikumbwa na mawazo mazito.
Laura:	Halafu ilikuwaje?
Adam:	Siku moja wazazi wangu walikuja kutoka kazini. wakanieleza kuwa wana habari nzuri za kunieleza. Basi, nikawasikiliza. Wakasema kuwa kikundi cha Harambee cha hapo kijijini kimesema kitakuwa na mkutano wa kutafuta suluhisho la matatizo yangu ya nauli ya kwenda masomoni. Nilifurahi na kusubiri siku ifike ya mkutano huo.
Laura:	Kwa hiyo siku ya mkutano ilipofika ilitokea nini?
Adam:	Siku ya mkutano ilipofika mimi na wazazi wangu tulienda. Mimi nilikalishwa mbele ya watu wote. Halafu, mwenyekiti wa mkutano huo akatangaza kuwa lengo la mkutano huo lilikuwa kuchangia nauli yangu ya kwenda masomoni.
Laura:	Kwa hiyo …
Adam:	Kwa hiyo, watu wakachanga na haikuchukua muda mrefu zikapatikana pesa za nauli na kuzidi. Walinipa pesa zote ili zinazobaki baada ya kulipa nauli zinisaidie kwa matumizi madogo madogo. Niliwashukuru sana walioshiriki kwenye Harambee. Nikawaahidi kuwa nikimaliza shule nitarudi nyumbani kutoa mchango wangu katika maendeleo ya kijiji changu.
Laura:	Ndiyo, maana umerudi baada ya kumaliza masomo yako?
Adam:	Ndiyo, kwani ahadi ni deni! Ni jukumu la kila mtu kutimiza ahadi yake.
Laura:	Adam, maelezo yako nimeyafurahia na ninakupongeza sana kwa kutokuwa na ubinafsi na kuamua kurudi kuihudumia jamii yako. Huo ni mfano mzuri wa kuigwa na vijana wote ambao Harambee itakuwa inawasaidia kupata pesa za shule na huduma nyingine nyingi.
Adam:	Asante kwa kunipongeza.
Laura:	Je, baada ya maelezo yote hayo unaweza kusema Harambee ni nini?

Adam: Harambee ni falsafa ya kuleta maendeleo, umoja, ushirikiano na uwajibikaji miongoni mwa Wakenya.

Laura: Asante kwa maongezi na nakutakia siku na kazi njema. Kwa heri Adam.

Adam: Asante, siku njema. Kwa heri Laura.

❖ *Baada ya kusoma: Mazoezi ya kuzungumza na kuandika*

Je, ni mambo gani makuu uliyojifunza kutoka mazungumzo kati ya Laura na Adam? Chagua mawili kati ya mambo hayo uyaeleze kwa kirefu.

Ushirikiano miongoni mwa wananchi ni jambo muhimu sana. Je, katika jamii yako mna utaratibu wa kushirikiana wenye mwelekeo kama ule wa Harambee? Toa mifano hai katika kujibu swali hili.

Laura yuko Kenya anafanya utafiti wa tasnifu yake. Katika mazungumzo tunamwona akimhoji Adam kuhusu umuhimu wa Harambee. Je, unaweza kueleza ni mambo gani mengine kuhusu Harambee Laura atawauliza watu wengine? Fanyeni mchezo wa kuigiza, mmoja wenu awe Laura na wengine wawe watu wa Kenya.

C.   Maelezo ya utamaduni - Falsafa za jamii

Nchi nyingi huko Afrika zilianzisha falsafa mbalimbali baada ya kujikomboa kutoka mikononi mwa wakoloni. Falsafa hizo zilikuwa na lengo la kutoa mwelekeo katika maswala mbalimbali ya jamii, siasa na uchumi. Nchini Kenya Harambee ni mojawapo ya falsafa zilizoanzishwa wakati huo. Harambee ilianzishwa kwa lengo la kujenga umoja na ushirikiano miongoni mwa Wakenya. Kuanzia wakati huo hadi sasa Harambee imekuwa ni chombo cha kuleta umoja na maendeleo ya Wakenya.

Wananchi wengi wanafaidika na Harambee kutokana na ushirikiano miongoni mwao. Watu hawa wameweza kabisa kusaidiana katika maswala ya furaha na majonzi. Masuala ya uchumi, elimu, siasa na mengine ya kijamii. Tunaweza kusema Harambee ni kimbilio la Wakenya na ni sehemu ya utamaduni wa Wakenya. Vizazi hadi vizazi vimekuwa vikifurahia huduma za Harambee kwani *umoja ni nguvu na utengano ni udhaifu*. Hivyo, si jambo la ajabu kuiongelea Harambee kama chombo kimojawapo ambacho ni sehemu ya utamaduni wa Wakenya kwani iliyagusa, inayagusa na itaendelea kuyagusa maisha ya watu. Ndiyo maana siku hizi Wakenya waishio nchi za nje wanashirikiana kuunda umoja wao wa Harambee. Hiyo inaonyesha Harambee ni mojawapo ya alama ya umoja wa wananchi wa Kenya.

❖ *Baada ya kusoma: Mchezo wa kuigiza*

Wewe na wenzako tayarisheni mchezo wa kuigiza. Kichwa cha maneno cha mchezo wenu kiwe 'Umoja ni nguvu na utengano ni udhaifu'. Fanyeni mchezo wenu darasani na pia kwenye sherehe ya lugha.

D.   Kuimarisha Sarufi - Mazoezi ya -ote na -o -ote.

1. **-ote** *inaweza kutumika kwa maana ya* **all** *kama:*

Watoto wa shule walisoma **vitabu vyote**

Pia **–ote** *inaweza kutumiwa na nomino katika hali ya umoja kwa maana ya 'whole' kama:*

Mwanafunzi alisoma kitabu chote. *The student red the whole book.*

2. **-o -ote** ina maana ya *any* kama

Usiukate mti wowote mzuri. *Don't cut any good tree*

Zoezi la kwanza: *Tafadhali jaza chati na uandike sentensi. Fuata mifano uliyopewa.*

Nomino	-ote	-o-ote	Sentensi (-ote)	Sentensi (-o-ote)
Mtu	---------	*yeyote*	----------------	*Mtu yeyote anaweza kuwa rais*
Watu	*wote*	*wowote*	*Watu wote ni wakulima*	*Watu wowote wanaweza kuja*
Mti				
Miti				
Tunda				
Matunda				
Kitabu				
Vitabu				
Ndizi				
Ndizi				
Ukuta				
Kuta				
Mahala				

124

Zoezi la pili: *Wewe na mwenzako fanyeni mazungumzo kwa kutumia –ote na –o-ote. Tumieni nomino tofauti*

Mfano wa kwanza
A: Matunda yote yako wapi?
B: Sijui. Sijaona tunda lolote nilipofika hapa.

Mfano wa pili
A: Mahala hapa pote ni pachafu.
B: Ndiyo. Hapana mahala popote palipo safi.

E: Kuimarisha msamiati

Zoezi la kwanza: *Mkiwa katika vikundi vya wanafunzi wawili wawili angalieni na mjadili matumizi ya maneno haya kama yalivyotumika katika sehemu A, B na C. Kisha oanisheni neno la kundi la kwanza na tafsiri yake kutoka kundi la pili kwa kuandika namba ya neno hilo katika mabano.*

Kundi la kwanza	Kundi la pili
1. historia ndefu	(4) motivate
2. falsafa	(17) disaster
3. misingi	(18) contributions
4. hamasisha	(19) be accountable/responsible
5. kujitegemea	(13) life/lives
6. taifa	(11) projects
7. asili	(1) long history
8. bidhaa	(15) energy/power/ strength
9. kwa ajili	(14) to liberate
10. umma	(20) weakness
11. miradi	(16) achievements
12. zamani	(2) philosophy
13. maisha	(7) origin
14. kukomboa	(9) for the reason of
15. nguvu	(10) public/citizens/people
16. mafanikio	(3) bases/foundations
17. maafa	(12) long ago
18. michango	(5) to be self-reliant/ independent
19. wajibika	(8) commodities/goods
20. udhaifu	(6) nation

124

Zoezi la pili: *Chagua kichwa cha habari unachokipenda halafu andika insha yenye kurasa mbili ukitumia maneno ya Kiswahili hapo juu.*

F.   Orodha ya msamiati

asili	*origin, source*
baadaye	*later*
bidhaa	*commodities, goods*
budi	*alternative, choice*
dumisha	*cause to last*
faidi	*benefit*
fedha	*money*
Filosofia	*Philosophy*
gurudumu	*wheel*
hamasisha	*motivate*
harakisha	*cause to hurry*
Harambee	*Kenyan ideology (meant to unite Kenyans)*
jenga	*build*
jitegemea	*be self-reliant*
jitihada	*efforts*
kamilisha	*complete or finish a task*
kazana	*hurry up, put more effort*
Kibantu	*Bantu*
malengo	*goals*
kwa nguvu	*by force*
lazima	*must*
maendeleo	*development*
mahitaji	*needs*
maisha	*life*
mali	*wealth*
mashirika	*organizations*
mazao	*crops, produce*
miongoni	*among*
miradi	*projects*
misingi	*foundations, basics*
mtukufu	*honorable person, dignitary*
Mungu	*God*
mwamko	*awakening*
mzee	*elder*
ndefu	*long*
pongeza (kuwapongeza)	*congratulate (to congratulate them)*
pwani	*coast*

126

rasmi	*formal, official*
rehemu (amrehemu)	*bless ((that God) rests him/her in peace)*
safirisha (wasafirishaji)	*export (exporters)*
sahau	*forget*
siasa	*politics*
taifa	*nation*
tangu	*since*
Ujamaa	*socialism*
umma	*people*
utamaduni	*culture*
utekelezaji	*implementation*
vyama vya ushirika	*collaborative associations*
wajibika	*be accountable*
zamani	*long ago*

Magazeti ya Afrika ya Mashariki
East African newspapers

Goals:

- To develop students' communication skills through conversations, interpretations and presentations of the information given in the East African newspapers.
- To enhance students' understanding of different aspects and contents of newspapers in East Africa and compare them to those of students' own countries.
- To enable students to connect to the discipline of the media through newspapers.
- To enable students to discuss Kiswahili grammatical structures and compare them with structures in students' own languages.
- To enhance students' knowledge of vocabulary, phrases and idiomatic expressions.

A.   Yanayoandikwa katika magazeti ya Afrika Mashariki

❖ *Kabla ya kusoma: Mazoezi ya kuzungumza na kuandika*

Zungumza juu ya aina ya magazeti ambayo huchapishwa katika nchi yako. Andika juu ya gazeti unalolipenda zaidi na sehemu za gazeti unazopenda kusoma.

❖ *Wakati wa kusoma: Mazoezi ya ufahamu*

Angalia na orodhesha majina ya magazeti yaliyotajwa katika kifungu cha habari. Je, majina haya yana maana gani?

Magazeti yaliyotajwa katika kifungu cha habari yana misemo inayoonyesha msimamo wa magazeti hayo. Orodhesha misemo hii na eleza maana zao.

Tahariri za magazeti huzungumza juu ya mada tofauti. Tahariri ya gazeti la Nasaha la Agosti 5 mwaka 2004, inazungumzia wizi wa mitihani. Unafikiri mhariri anamaanisha nini kwa kutumia neno 'mazezeta'?

Wasomaji wanashiriki vipi katika uchapishaji wa magazeti?

Yanayoandikwa katika magazeti ya Afrika Mashariki

Kuna magazeti mengi yanayochapishwa nchini Kenya, Uganda, na Tanzania. Baadhi ya magazeti haya huchapishwa kwa Kiingereza na mengine huchapishwa kwa Kiswahili. Nchini Tanzania kuna magezeti mengi ya Kiswahili yanayotolewa na serikali na pia na kampuni binafsi. Magazeti haya ni pamoja na *Uhuru, Nipashe, Majira, Mtanzania, Alasiri, Zanzibar Leo, Dira, Rai, An-Nur, Nasaha* na machache mengine. Nchini Kenya kuna gazeti moja linaloitwa *Taifa Leo*. Tutaangalia makala yanayoandikwa katika magazeti ya Tanzania.

Kwenye ukurasa wa kwanza wa baadhi ya magazeti, jina la gazeti hufutana na msemo mmoja unaoonyesha msimamo wa gazeti hilo: Kwa mfano gazeti la Rai lina msemo 'Nguvu ya hoja'; msemo wa gazeti la *Mtanzania* ni 'Penye nia pana njia'; gazeti la *Nasaha* lina 'Sauti ya wananchi'; na gazeti la *Zanzibar Leo* lina msemo 'Kwa uwazi na ukweli'.

Katika kila toleo la magazeti haya kuna sehemu ya maoni ya mhariri inayoitwa 'taharir'. Taharir kwa kawaida huonyesha msimamo wa gazeti juu ya suala muhimu la jamii linalojadiliwa nchini au duniani. Kwa mfano, katika gazeti la *Uhuru* la Alhamisi Agosti 12 mwaka 2004 taharir ilijadili juu ya UKIMWI. Kichwa cha maneno cha taharir hii ni: 'Hali ya ukimwi inatisha, kila mmoja lazima abadili tabia la sivyo jamii itaangamia'. Taharir ya gazeti la *Majira* la Jumamosi Agosti 7 mwaka 2004 ilizungumzia juu ya michezo: 'Simba na Yanga zioneshe ubora wao uwanjani'. Simba na Yanga ni timu kongwe za mpira wa miguu nchini Tanzania zenye washabiki wengi. Taharir huchambua mada mbalimbali zikiwemo hali ya siasa nchini na matatizo yanayojitokeza katika sehemu mbalimbali za uongozi. Taharir ya tatizo moja la jamii ni ile iliyoandikwa katika gazeti la *Nasaha* la Jumatano Agosti 5 mwaka 2004 kuhusu wizi wa mitihani. Ilionyesha tabia mbaya ya walimu wa shule fulani walioshirikiana na baadhi ya wasimamizi wa baraza la mitihani la Tanzania kuwasaidia wanafunzi wa kidato cha nne katika mitihani yao ya taifa. Kichwa cha maneno cha tahriri hii ni 'Wizi wa mitihani unazaa viongozi mazezeta'.

Sehemu nyingine muhimu za magazeti ni habari za taifa na za kimataifa, matangazo ya biashara, na matangazo ya vifo au tanzia. Pia kuna sehemu ya kujistarehesha ama kujiburudisha. Kuna hadithi, mashairi, katuni na michezo ya chemshabongo. Baadhi ya magazeti yana safu ya barua kutoka kwa wasomaji zinazoeleza maoni yao juu ya mada mbali mbali zinazoathiri jamii. Takriban sehemu zote za magazeti huambatana na picha muhimu zinazoonyesha vitendo, watu na mambo mengine yanayotajwa.

Misimamo

❖ *Baada ya kusoma: Mazoezi ya kuzungumza na kuandika*

Fikiri wewe ni msomaji wa gazeti la uhuru na umesoma tahariri ya toleo la Agosti 12 mwaka 2004 juu ya ukimwi. Mwandikie barua mhariri wa gazeti hili ueleze maoni yako juu ya ugonjwa wa ukimwi.

Fikiri wewe ni ripota wa gazeti moja la Tanzania. Andika makala moja juu ya habari za kimataifa ichapishwe katika toleo moja la gazeti hilo.

Kwa kustarehesha wasomaji wa magazeti ya Afrika ya Mashariki yanachapisha hadithi, mashairi, michezo ya chemsha bongo, utabiri wa nyota na picha za katuni. Zungumza juu ya vipengle hivi na fananisha na vipengele vinavyowekwa kwenye magazeti ya nchi yako.

Tafuta gazeti moja la Kiswahili linalochapishwa kwenye mtandao. Eleza sehemu mbali mbali za gazeti hilo. Kisha chagua makala moja uichambue.

B.   Kujifurahisha na katuni magazetini

Vijana wawili wanazungumza juu ya sehemu ya katuni katika magazeti

Kijana wa kwanza:	Ninapopata gazeti haraka haraka hupitia habari kwa ufupi na halafu moja kwa moja huenda ukurasa wa katuni. Napenda kusoma katuni kujifurahisha.
Kijana wa pili:	Mimi pia! Angalia katuni hii ya *Nipashe*.
Kijana wa kwanza:	Mohammed anayeandika katuni katika gazeti hili ni bingwa kabisa. Angalia alivyotumia maneno 'uzinzi' na 'kusinzia'. Maneno haya yana maana tofauti lakini ameyatumia kwa kutustarehesha
Kijana wa pili:	Na katuni hii katika gazeti la *Mtanzania*. Inacheza na maneno pia. Huyu msichana anamwuliza mwenzake 'Nini maoni yako kuhusu mechi ya kesho kati ya Simba na Zamalek?' Na mwenzake anamjibu 'Aah, ni wazi Simba lazima itawafunga hao Wazambia!'
Kijana wa kwanza:	Ha ha ha. Zamalek ni timu ya Morocco siyo ya Zambia. Katuni hii inachekesha kweli!
Kijana wa pili:	Na hii katuni juu ya kubana matumizi katika gazeti la *Uhuru*.
Kijana wa kwanza:	Huyu bibi ameweka picha ya samaki ili mumewe atakapokuwa anakula afikirie anakula ugali pamoja na samaki! Ndiyo maana ameitwa 'mwehu'!
Kijana wa pili:	Katuni hii siipendi sana. Inaonyesha vipi mwanasiasa huyu anavyodanganya wananchi na pia mkewe. Anatoka na mwanamke mwingine huku akimwacha mke wake nyumbani. Lakini ndiyo hali ilivyo.

130

Nipashe   Jumamosi Agosti 2, 2003

Mtanzania, Jumatano, Agosti 11, 2004

Uhuru. Alhamisi Agosti 12, 2004

Nipashe   Jumatatu Agosti 4, 2003

❖ *Baada ya kusoma: Mazoezi ya kuzungumza na kuandika*

*Pamoja na kuchekesha wasomaji, katuni hueleza matatizo yaliyoko katika jamii kama katuni iliyochapishwa kwenye gazeti la **Nipashe** la Agosti 2 na Agosti 4 mwaka 2003. Eleza juu ya tatizo linalojitokeza katika katuni hizo na athari inayoletea jamii. Eleza juu ya matatizo kama hayo katika nchi yako.*

*Katuni kwenye gazeti la **Uhuru** la Agosti 12 mwaka 2004 inazungumzia kwa njia ya kuchekesha tatizo la umaskini. Toa maoni yako juu ya katuni hii.*

Fanya utafiti juu ya katuni zinazochapishwa katika magazeti nchini kwako. Eleza juu ya malengo ya katuni na uzifananishe na katuni katika magazeti ya Kiswahili.

C.   Maelezo ya utamaduni - Mashairi kwenye magazeti

Magazeti mengi ya Kiswahili huchapisha mashairi ambayo huandikwa na wasomaji wa magazeti haya. Mashairi ni njia muhimu ya kueleza hali ya maisha ya watu. Yanatoa nasaha au usia, yanatoa pongezi, yanatangaza msiba, na yanazungumzia juu ya hali ya nchi ya kiuchumi, kisiasa, na hali ya nyumbani ya kifamilia. Yanatekeleza mambo yote haya kwa njia ya kufurahisha. Mfano mmoja wa shairi linalotoa usia liliandikwa na Beny

Sadallah (Bin Maarufu) na kuchapishwa katika gazeti la Majira la Jumamosi, Agosti 7, 2004 kama aya hii ya kwanza inavyoyeleza:

Babu aliniambia, tambua hii dunia
Ni mengi yenye udhia, la muhimu kutambua
Kubwa dogo fuatilia, hapana kupuuzia
Amulikaye mchana, usiku atakuchoma

Aya hii inaonyesha umuhimu wa babu (au bibi) katika maisha ya mjukuu wake. Babu anampa mjukuu wake usia na kumwonya juu ya mambo maovu yanayoweza kutokea duniani. Anataka mjukuu wake awe mjuzi wa mambo na asidharau kutekeleza wajibu wake na pia atambue tabia za watu na ajihadharishe na walio waovu. Aya imemalizika kwa methali. Mshairi hutumia methali kuupa nguvu zaidi ujumbe anaotaka kuutoa katika shairi lake. Pamoja na kuchapishwa katika magazeti, mashairi husikika kwenye programu za redio pia na kwenye baadhi ya sherehe za kienyeji.

❖ *Baada ya kusoma: Mchezo wa kuigiza*

Fikiri wewe pamoja na wanafunzi wengine ni waandishi wa gazeti. Fanyeni kazi pamoja mwanzishe gazeti moja la Kiswahili. Jichagulieni jina la gazeti hilo na mchague mhariri mkuu. Gazeti hilo liwe na yale mambo yanayotokea katika darasa la Kiswahili na hata katika madarasa mengine na katika chuo kwa jumla. Kila mwanafunzi aandike makala mbili fupi. Kila mwanafunzi azungumze darasani juu ya moja ya mada hizo na awe tayari kujibu maswali. Gazeti likiisha, linaweza kuwekwa kwenye mtandao wa darasa. Uzoefu huo wa kuandika gazeti unaweza kutumiwa kwa wanafunzi kuanzisha gazeti lao la Kiswahili

D.   Kuimarisha sarufi - Matumizi ya kiambishi -ki-

Kwenye sura ya tisa tulifanya marudio ya matumizi ya kiambishi -**ki**- yenye maana *if* kwa Kiingereza kama mfano ufuatao:

Na kama a**ki**hudhuria sherehe mbali mbali anaweza kujitanda kanga moja.
And if she attends various celebrations she can use one kanga to cover her head.

Kuna matumizi mengine ya kiambishi -**ki**- kama sentensi zifuatazo zinavyoonyesha:

1. Tahariri huchambua mada mbali mbali zi**ki**wemo hali ya siasa nchini na matatizo yanayojitokeza katika sehemu za uongozi. *Usually, editorials analyze different topics including political situation in the country and problems which arise in different sectors of leadership.*

2. Ilionyesha tabia mbaya ya walimu wa shule fulani waliokuwa wa**ki**shirikiana na baadhi ya wasimamizi wa baraza la mitihani la Tanzania kuwasaidia wanafunzi wa kidato cha nne katika mitihani yao ya taifa. *It showed bad habits of certain school-teachers who were collaborating with some supervisors of the examination council of Tanzania to help twelfth grade students.*

3. Anatoka na mwanamke mwengine huku a**ki**mwacha mke wake nyumbani. *He goes out with another woman while leaving his wife at home.*

*Zoezi la kwanza: Zingatia matumizi haya ya -**ki**- na andika sentensi mbili kwa kila mfano uliopewa hapo juu.*

E.   Kuimarisha msamiati

Zoezi la kwanza: Mkiwa katika vikundi vya wanafunzi wawili wawili angalieni na mjadili matumizi ya maneno yaliyotumika katika sehemu za A, B na C. Kisha oanisheni neno la kundi la kwanza na tafsiri yake kutoka kundi la pili kwa kuandika namba ya neno hilo katika mabano. Wanafunzi katika kila kikundi waandike na wasomeane hadithi fupi kwa kutumia maneno haya.

Kundi la kwanza	Kundi la pili
1. bingwa	(6) *illuminate*
2. wajibu	(8) *get destroyed*
3. tekeleza	(7) *fan (as basketball fan)*
4. mwehu	(9) *doze, be sleepy*
5. msimamo	(10) *trouble*
6. mulika	(1) *expert*
7. shabiki	(12) *analyze*
8. angamia	(11) *go together with*
9. sinzia	(3) *fulfil*
10. udhia	(2) *responsibilty*
11. ambatana	(4) *crazy*
12. chambua	(5) *opinion stand or position*

Zoezi la pili: Nini maana ya mafungu haya ya maneno? Tumia kila fungu kwenye sentensi itakayoonyesha maana kamili.

1. haraka haraka
2. moja kwa moja — one by one
3. ndiyo hali ilivyo — that's the way it is
4. kubana matumizi

Zoezi la tatu: *Methali zifuatazo zimetajwa katika kifungu cha habari na cha utamaduni Nini maana ya methali hizi?*

1. Penye nia pana njia
2. A(ku)mulikaye mchana usiku atakuchoma

Sasa andika methali nyingine tatu za Kiswahili na ueleze maana za methali hizi.

F.   Orodha ya msamiati

acha (akimwacha)	*leave (while leaving her)*
ambatana	*go together with*
angalia	*watch out*
angamia	*be destroyed*
bana (kubana matumizi)	*tighten (tighten expenses, budget)*
baraza (baraza la elimu)	*board (education board)*
binafsi	*individual, private*
bingwa	*expert*
bora	*better*
chambua	*analyze*
chapa	*type, print, publish*
cheka (inachekesha)	*laugh (it is funny)*
danganya	*tell lies*
funga	*defeat*
furahi	*be happy*
hoja	*argument, opinion*
kidato	*grade in secondary school*
kweli (ukweli)	*true (truth)*
mhariri	*editor*
moja kwa moja	*straight ahead, right away*
msemo	*saying*
msimamizi	*supervisor*
msimamo	*stand, opinion*
mwehu	*crazy person*
nguvu	*strength*
nia	*purpose*
sauti	*voice*
serikali	*government*
shabiki (washabiki)	*fan (fans) of soccer or another game*
shiriki	*participate, collaborate*
sinzia	*doze*
tahariri	*editorial*

tisha (inatisha)	*scare (it is scary)*
toa	*give out, produce*
toleo	*issue*
ugali	*type of food using corn flour*
uwanja	*field*
uzinzi	*random sexual intercourse*
wazi (uwazi)	*clear (clarity)*
wizi	*theft*
zezeta	*fool*

Athari ya teknolojoa ya mawasiliano katika jamii ya Waswahili
Impact of technology on the Kiswahili society

Goals:

- To develop students' communication skills through conversations, interpretations and presentations of the information on impact of technology in the Kiswahili society.
- To enable students to compare the impact of technology on Kiswahili culture to the impact on their own societies.
- To enable students to discuss Kiswahili grammatical structures and compare them with structures in students' own languages.
- To enhance students' knowledge of vocabulary, phrases and idiomatic expressions.

A.   Teknolojia na athari yake katika jamii

❖ *Kabla ya kusoma: Mazoezi ya kuzungumza na kuandika*

Ukisikia neno 'teknolojia' unafikiri nini? Eleza kwa kirefu mawazo yako juu ya neno hili.

❖ *Wakati wa kusoma: Mazoezi ya ufahamu*

Kwa mjibu wa waandishi wa kifungu cha habari, vyombo vya redio na televisheni vimeletea wananchi wa Afrika ya Mashariki manufaa gani?

Waandishi wa kifungu cha habari wameandika kwamba televisheni na kompyuta zimewaletea watu wa Afrika ya Mashariki manufaa mengi na pia athari mbaya. Taja athari mbaya zilizoelezwa.

Je, ni kwa njia gani teknolojia imeathiri uandikaji wa barua za kawaida za kupitia posta?

Teknolojia na athari yake katika jamii

Teknolojia ya mawasiliano imeleta athari kubwa katika jamii ya wazungumzaji wa Kiswahili. Maisha ya watu yamenufaika kwa ajili ya teknolojia lakini kuna athari mbaya pia. Miongoni mwa aina za teknolojia ni redio, televisheni simu, na kompyuta. Kwa kila aina ya teknolojia tutaorodhesha athari iliyoleta manufaa na baadaye athari isiyo na manufaa kama iko.

137

Redio na Televisheni ni muhimu sana. Kwanza kulikuwa na redio tu na watu walipenda kukaa pamoja na kusikiliza habari za nchini na za dunia, habari za michezo, mashairi, na nyimbo. Nchi zote za Afrika ya Mashariki, Kenya, Uganda na Tanzania zina mitambo ya redio, mitambo inayomilikiwa na serikali na mingine iliyo chini ya miliki ya watu binafsi. Uzuri wa kusikiliza redio ni kuwa redio nyingi ni ndogo na si nzito na hutumia betri. Kwa hivyo redio ilimwezesha mtu kuzunguka nayo sehemu yoyote ya nyumbani ikiwa jikoni, ukumbini, chumbani, na kadhalika. Na pia kutoka nayo nje kukaa barazani pamoja na majirani kusikiliza programu mbali mbali kwa pamoja. Kuna mitambo ya televisheni pia ambayo ilianzishwa katika miaka ya elfu moja mia tisa na sitini. Watu waliweza kusikiliza na kuona programu kama zile za redio na nyingine nyingi. Kwa vile televisheni ni nzito na mtu hawezi kuzunguka nayo mtu hukaa tu sehemu moja kuangalia programu anazopenda. Kwa hivyo kukutana na majirani inakuwa shida kwa vile kila mmoja yuko nyumbani kwake anaangalia televisheni. Watoto badala ya kucheza nje hukaa ndani kuangalia televisheni. Kukaa namna hii bila ya harakati za kwenda huku na kule kunaweza kuathiri afya za watu.

Simu ni aina ya teknolojia ambayo imeathiri njia ya mawasiliano. Zamani watu ambao walikuwa safarini walikuwa wakitegemea sana barua za posta kupeleka habari na kupata habari za nyumbani. Kupata barua ilikuwa ikichukua muda mrefu, wiki mbili au tatu hata zaidi ya mwezi kama mtu yuko mbali na nyumbani. Simu, hasa simu za mkononi, zinawawezesha watu kuwasiliana kwa haraka na zimepunguza mawasiliano kwa barua za posta. Kompyuta ni njia nyingine iliyoathiri mawasiliano na iliyopunguza maandishi ya barua kwa posta. Mtu anaweza kuandika barua pepe na kupeleka ujumbe sehemu yo yote duniani kwa urahisi kabisa na ikafika papo kwa hapo.

Kompyuta zimewawezesha watu wa Afrika ya Mashariki na watu wa dunia nzima kupata habari mbali mbali za dunia kwa kutumia mtandao au tovuti. Kwa kutumia mtandao mtu anaweza kupata maelezo juu ya mambo mbali mbali ambayo anataka kujua habari zaidi. Mtandao pia hutumiwa katika kufundisha masomo kwa wale wanafunzi ambao hawawezi kuhudhuria madarasa ya kawaida. Athari mbaya ya kompyuta kama ile ya televisheni ni kwamba mtu hukaa mbele ya kompyuta bila ya harakati za kwenda huku na kule. Katika ofisi nyingi, utaona mtu amekaa kwa muda wa siku nzima anatumia kompyuta. Kukaa huku kwa muda mrefu huenda kukaleta madhara ya kiafya

Msichana anatumia kompyuta kutuma ujumbe wa barua pepe.

❖ *Baada ya kusoma: Mazoezi ya kuzungumza na kuandika*

Chagua chombo kimoja cha teknolojia kilichotajwa hapo juu. Fanya utafiti juu ya historia ya chombo hicho. Kilianza kutumiwa mwaka gani? Vipi matumizi yake yaliweza kuenea dunia nzima? Andika insha na toa mhadhara darasani juu ya utafiti wako.

Fikiri wewe ni daktari na mgonjwa wako mmoja yuko hatarini kwa sababu ya kukaa kwa muda mrefu mbele ya kompyuta. Utampa mgonjwa wako nasaha gani?

Fikiri wewe ni mzazi na una watoto wenye miaka baina ya miaka 6 na 13. Watoto wako wanapenda sana kuangalia televisheni jioni na wikendi yote. Wewe ungependa wasiangalie televisheni muda mrefu kama hivi. Unaweza kuwashawishi vipi ili waachae tabia yao hii?

B.   Umuhimu wa simu za mkononi

Vijana wawili wanazungumza juu ya simu zao za mkononi.

Kijana wa kwanza:	Hata sijui nitafanya nini kama sina simu yangu ya mkononi. Nawasiliana na rafiki yangu aliye Marekani hivi sasa. Ananiambia kwamba ni joto kule wakati huu. Anakaa Arizona.
Kijana wa pili:	Mimi ndiyo kwanza nimeipata hii simu. Sijui kutuma ujumbe bado.
Kijana wa kwanza:	Nitakuonyesha namna ya kufanya hivyo.
Kijana wa pili:	Mimi sipendi sana simu za mkononi lakini mama yangu mkubwa anayekaa Dubai ameniletea hii simu. Anataka niwasiliane naye kila siku nimpe habari za bibi.
Kijana wa kwanza:	Si unaona basi umuhimu wa simu hizi. Unaweza kuwasiliana na mama yako kila siku na ikakugharimu shilingi kidogo kwa siku na kwa mwezi. Ukitegemea mawasiliano ya kawaida ya kuzungumza labda utazungumza siku moja tu kwa mwezi.
Kijana wa pili:	Sipendi watu wanavyozungumza mbele ya watu wengine juu ya habari zao binafsi. Watu wote wanazipata habari zao za siri ya nyumbani.
Kijana wa kwanza:	Kweli si tabia nzuri hiyo lakini wewe usiifuate.
Kijana wa pili:	Na pia siku moja nimemwona mtu anazungumza kwa simu njiani huku akivuka barabara nusura agongwe na gari.
Kijana wa kwanza:	Hatari kubwa hiyo. Lazima watumiaji wa simu za mkononi wachukue hadhari kubwa wanapotembea barabarani.

Kijana wa pili:	Kama ningekuwa na uwezo labda ningeweka matangazo barabarani kuwaonya wazungumzaji wa simu ya mkononi waache kuzungumza wanapovuka barabara na ningependa pia kuweka matangazo katika mabasi kuwaomba wazungumzaji wa simu hizi wasizungumze kwa sauti kubwa. Inabidi wakae sehemu ya faragha wanapotaka kuzungumza. Unasemaje?
Kijana wa kwanza:	Wazo zuri. Haya lete simu yako nikufundishe kumpelekea mama mkubwa ujumbe.
Kijana wa pili:	Sawa. Nina mengi ya kujifunza!

Bwana Salim anazungumza kwenye sehemu ya faragha

❖ ***Baada ya kusoma: Mazoezi ya kuzungumza na kuandika.***

Wazungmzaji hapo juu wametaja mambo mawili ambayo watumiaji simu za mkononi inabidi wayaepuke. Ni mambo gani hayo? Je, matatizo hayo yanatokea katika nchi yako? Eleza.

Unafikiri nini juu ya kijana wa pili anayesema kwamba hapendi kutumia simu ya mkononi? Jaribu kubadilisha mawazo yake kwa kumweleza mambo mengine ambayo anaweza kuyafanya kwa kutumia simu yake.

Vijana hapo juu wanazungumza juu ya kupeleka ujumbe kwa kutumia simu zao za mkononi. Je, wewe unatumia njia hii ya mawasiliano? Eleza unawasiliana na nani, mara ngapi kwa siku unapeleka ujumbe, na kadhalika. Kama hutumii njia hii ya mawasiliano eleza kwanini.

C.   Maelezo ya Utamaduni - Utandawazi

Utamaduni wa Waswahili umeweza kuenea dunia nzima kwa sababu ya teknolojia na hali ya utandawazi. Wazungumzaji wa lugha ya Kiswahili hawako Afrika ya Mashariki na Afrika ya kati tu bali wako Afrika ya Magharibi, Kusini, na Kaskazini. Ukienda Mashariki ya Kati, yaani nchi za Uarabuni hasa Dubai na Omani, unaweza kukuta mitaa mizima yenye wazungumzaji wa Kiswahili. Waswahili wengi wanaishi katika nchi za Mashariki ya mbali, Ulaya, na nchi za Marekani na Canada. Teknolojia inawawezesha jamaa hao wanaokaa nchi tofauti duniani kuwasiliana kwa haraka na kwa urahisi na familia zao nyumbani. Ukilinganisha mawasiliano yalivyokuwa miaka ishirini nyuma na sasa utaona kweli teknolojia imeifanya dunia iwe ndogo. Sherehe fulani inaweza kufanyika nyumbani Afrika ya Mashariki na ikarekodiwa kwa kutumia video. Kwa kupitia njia ya kompyuta na mtandao wanaokaa nchi za mbali huweza kuona sherehe hiyo papo kwa hapo wakati bado inaendelea kufanyika au wanaweza kuiona baadaye. Marafiki wa jamaa hawa wanaweza kuona na kujifunza tamaduni za Waswahili kwa kupitia njia hizi za teknolojia. Wanafunzi wa Kiswahili wanaweza kufanya utafiti kwa kutembelea mtandao na kupata maelezo wanayotaka. Wanaweza kujifunza juu ya muziki, nyimbo, na ngoma za kienyeji na kupata habari juu ya utamaduni wa kutoa hadithi, matumizi ya methali na vitendawili na mambo mengi mengine.

❖ Baada ya kusoma: Mchezo wa kuigiza

Mwalimu ajadiliane na wanafunzi namna ya kufanya mradi au utafiti juu ya mada au habari mbalimbali za Kiswahili katika teknolojia mbalimbali. Kwa mfano nyimbo, filamu, habari za magazeti, hadithi, methali, matangazo ya biashara na mengine mengi. Baada ya majadiliano hayo kila mwanafunzi afanye utafiti wa kina wa kupata angalau habari au mada tatu ambazo zinaweza kupatikana katika teknolojia ziletwe darasani kwa majadiliano.

D.   Kuimarisha Sarufi - Kiambishi shurutia -nge-.

Ni lazima (shuruti) kitenzi chenye -**nge**- kifuatwe na kitenzi chengine chenye -**nge**-. Kwa wakati uliopita -**ngeli**- hutumiwa:

Kama ni**nge**kuwa na uwezo ni**nge**weka matangazo barabarani.
If I have the ability I would place announcements on the streets.

Kama ni**ngeli**kuwa na uwezo ni**ngeli**weka matangazo barabarani.
If I had the ability I would have placed announcements on the streets.

Zoezi la kwanza: *Andika sentensi zako mwenyewe kwa kutumia* **-nge-** *au* **-ngeli-** *kama mfano wa kwanza. Tumia mada ya teknolojia.*

1. <u>Ningelikuwa na simu ya mkononi wakati nilipokuwa safarini ningelimpelekea ujumbe</u>

<u>rafiki yangu kila siku.</u>

Zoezi la pili: Fanya mazungumzo na mwenzako kwa kuulizana maswali haya:

1. *Ungeshinda bahati nasibu ya dola milioni mia moja ungefanya nini?*

2. *Ungepata nafasi ya kusafiri nchi uipendayo ungekwenda nchi gani, kwa nini?*

Ongeza maswali mengine mawili na waulize wenzako.

E.   Kuimarisha msamiati

Zoezi la kwanza: *Mkiwa katika vikundi vya wanafunzi wawili wawili angalieni na mjadili matumizi ya maneno yaliyotumika katika sehemu za A, B na C. Kisha oanisheni neno la kundi la kwanza na tafsiri yake kutoka kundi la pili kwa kuandika namba ya neno hilo katika mabano. Wanafunzi katika kila kikundi waandike na wasomeane hadithi fupi kwa kutumia maneno haya.*

Kundi la kwanza	Kundi la pili
1. athari	( ) *e-mail*
2. nufaika	( ) *place to sit*
3. harakati	( ) *problem*
4. mitambo	( ) *internet*
5. miliki	( ) *benefit*
6. nzito	( ) *manners*
7. barazani	( ) *effect*
8. shida	( ) *globalization*
9. barua pepe	( ) *own*
10. mtandao	( ) *activities*
11. utandawazi	( ) *station (radio or television station)*
12. tabia	( ) *heavy*

Zoezi la pili: *Angalia vipi maneno haya yametumika na kisha yatumie kwenye sentensi zako mwenyewe.*

1. miongoni mwa
2. badala ya
3. kwa vile
4. hata sijui
5. labda
6. nusura
7. papo kwa hapo

F.   Orodha ya msamiati

ajili (kwa ajili ya)	*on behalf of*
athiri (athari)	*affect (effect)*
badala ya	*instead of*
barazani	*a place for sitting*
barua pepe ·	*e-mail*
dhuru (madhara)	*harm*
dunia nzima	*the whole world*
enea	*spread*
faragha	*privacy*
gharama	*expenses*
hadhari	*caution*
harakati	*activities*
hatari	*danger*
kata njia	*cross the road*
madhara	*harm*
mtaa	*neighborhood*
miliki	*own*
miongoni	*among*
mtandao	*internet*
nufaika	*benefit*
nzito	*heavy*
onya	*warn*
orodha	*list*
sauti (kwa sauti)	*voice (loudly)*
shida	*hardship*
siri	*secret*
tabia	*manners*
tegemea	*depend on*
tovuti	*internet*

| tuma | *send on errand* |
| ujumbe | *message* |

ORODHA YA MSAMIATI WA SURA ZOTE

KISWAHILI	KIINGEREZA
a	
acha (akimwacha)	*leave (while leaving her)*
adabu	*manners*
afya	*health*
aghalabu	*usually*
agiza	*order*
ajabu	*amazing, wondrous*
ajili (kwa ajili ya)	*on behalf of*
ajira	*employment*
akdi	*marriage ceremony*
akina (akina mama)	*folks (female folks, mothers)*
ama	*or*
amali	*prospect*
amani	*peace*
ambatana	*go together with*
ambukiza	*infect, transmit*
aminika	*be believeable*
amua	*decide*
andaa	*prepare*
angalia	*watch out, look at*
angamia	*be destroyed*
ardhi	*land*
asili	*origin, source*
athari za ukoloni	*colonial impacts*
athiri (athari)	*affect (effect)*
b	
baadaye	*later*
baadhi	*some*
badala ya	*instead of*
badilika	*change*
bado	*yet*
bahati	*fortune, luck*
baina ya	*between*
balaa	*misfortune*
bali	*but*
bana (kubana matumizi)	*tighten (tighten expenses, budget)*
Bara Hindi	*India*

145

baraza (baraza la elimu)	*board (education board)*
baraza	*a place for sitting*
barua pepe	*e-mail*
beba	*carry*
bembeleza	*comfort*
beni	*band*
bidhaa	*commodities, goods*
bidi (inawabidi)	*oblige (they are obliged)*
bikira	*virgin*
bila shaka	*without doubt*
binafsi	*individual, private*
binamu	*cousin*
bingwa	*expert*
bora (kuboresha)	*better (to make better)*
budi	*alternative, choice*
bunge	*parliament*
bure	*free, without paying*
burudisha	*entertain*
busara	*wisdom*
busu	*kiss*

ch

chaguliwa	*be chosen*
chai	*tea*
chambua	*analyze*
changanya	*mix*
changia	*ontribute*
chapa	*type, print, publish*
cheka (inachekesha)	*laugh (it is funny)*
chimba	*dig*
chochote	*anything*
chombo	*instrument*
choo	*bathroom, rest room*

d

dalili	*symptom*
damu	*blood*
danganya	*tell lies*
dimbwi	*pool of water*
doa	*spot(s), dot(s)*
doti	*pair*
dua	*prayer*

dumisha	*cause to last*
dumu	*last, stay for a long time*
dunia (dunia nzima)	*world (the whole world)*

dh

dhahabu	*gold*
dhamira	*aim*
dhana	*concept*
dharau	*disrespect, insult, ignore*
dhoofisha	*cause weakness*
dhoruba	*storm*
dhuru (madhara)	*harm*

e

elimu (elimisha)	*education (educate)*
enea	*spread*

f

fadhaisha	*confuse*
fafanua	*explain clearly*
faidi	*benefit*
falsafa	*philosophy*
fana	*be successful*
fanana	*resemble*
faragha	*privacy*
fasihi andishi (simulizi)	*written literature (oral)*
faulu	*be successful*
fedha	*money*
fedheha	*disgrace*
fiti	*fit, fine*
fululiza	*continuous*
funga	*defeat*
funika	*cover*
funza	*teach, instruct*
fupi	*short*
furaha (furahi)	*happiness (be happy)*

g

goti	*knee*
gumu	*difficult*
gundua	*discover*
gurudumu	*wheel*

gusa	*touch*

gh

ghafla	*suddenly*
gharama	*expenses*

h

habari	*news*
hadhara	*in front of people, in public*
hadhari (tahadhari)	*caution*
hadi	*until*
hadithi	*story*
haki za binadamu	*human rights*
hakika (hakikisha)	*sure (double check, make sure)*
hali	*condition*
halisi	*actual*
hamasa (hamasisha)	*passion (motivate)*
hamu ya chakula	*appetite for food*
harakati	*struggles, activities*
harakisha	*cause to hurry*
Harambee	*Kenyan ideology (meant to unite people)*
harisha	*have diarrhea*
hata kama	*even if*
hatari	*danger*
hatimaye	*finally*
hatua	*steps*
hayati	*someone who has passed away, deceased*
heshima	*respect*
hewani	*in the air*
hiari	*voluntarily*
hifadhi	*protect*
himiza	*encourage*
hirizi	*amulet, charm, talisman*
hisi	*feel*
hoja	*argument, opinion*
homa	*fever*
hongera	*congratulations*
hudhuria	*attend*
huduma	*service*
husisha	*relate*
hutubia	*give a speech*

i

ili	*in order to, so that*
imani	*faith*
ingawa	*although*
inua	*raise, lift, place above*
ishara	*sign(s)*
ita	*call*

j

jadili	*discuss*
jamii	*society, community*
jamiiana	*have sexual intercourse*
jenga	*build*
jinsia	*gender*
jitahidi (jitihada)	*try hard (efforts)*
jitegemea	*be self-reliant*
jua (anayejulikana)	*know (one who is known)*
juhudi	*effort*
jukwaa	*platform*
jumla (kwa ujumla)	*total (in total)*
jumuika (tujumuike)	*come together (let's come together)*

k

kabisa	*absolutely, exactly, completely*
kadhaa	*several, unspecific number*
kadhi	*Islamic religious leader*
kamilisha	*complete or finish a task*
kamwe	*never, not at all*
kanga	*traditional cloth, wrapper (also leso)*
kanisa	*church*
karo	*school fees*
kasi	*fast*
kaskazini	*north*
kata njia	*cross the road*
kazana	*hurry up, put more effort*
kiasi.	*about*
Kibantu	*Bantu*
kidato	*grade in secondary school*
kidhi	*fulfil*
kidonge	*pill*
kielelezo	*something that explains something else*
kienyeji	*traditional*

kifo	*death*
kifungua kinywa	*breakfast*
kiganja	*palm of the hand*
kikwazo	*obstacle*
kilimo	*agriculture, farming*
kimbilia	*run to*
kinanda	*type of musical instrument*
kinga	*protect*
Kireno	*Portuguese*
kisima	*well (of water)*
kisiwa	*island*
kiuononi	*around the waist*
kiwango	*standard, level*
kizunguzungu	*dizziness*
kodi	*rent*
kohoa	*cough*
kongamano	*conference; meeting; symposium*
kosa (kukosa nguvu)	*miss, lose (to lose strength)*
kua (kuza)	*grow (cause to grow, enhance)*
kujitanda	*to put over the head and shoulders*
kukata viuno	*to move the waist line while dancing*
kulia na kushoto	*left and right*
kumbe	*wow (an interjection)*
kumbuka	*remember*
kusanya	*assemble, gather*
kusudi	*aim, purpose, goal*
kutana	*meet*
kwa ajili ya	*because of*
kwa kifupi	*in short*
kwa mfano	*for example*
kwa mujibu	*according to*
kwa nguvu	*by force*
kwa sababu	*because*
kweli (ukweli)	*true (truth)*

l

lahaja	*dialects*
lala	*sleep*
lazima	*must*
lenga (lengo)	*target (goal)*
leso	*traditional cloth, wrapper (also kanga)*
lingana	*comparable, similar, resemble*

m

maadili	*good manners*
maalum	*special*
maarufu	*famous*
maaskari polisi	*police officers, military police*
machoni	*in the eyes*
mada	*topic(s)*
madarakani	*in power*
madawa	*medicine*
madhara	*harm*
maelezo	*explanations*
maendeleo	*development*
maeneo (eneo)	*areas (area)*
mafanikio	*success*
mafuriko	*floods*
mahindi	*corn, maize*
mahitaji	*needs*
mahususi	*especially*
maisha	*life*
majani	*leaves*
majukumu	*responsibilities*
makamu wa rais	*vice president*
makini	*calm and composed manner, carefully*
malengo	*goals, purpose*
malezi bora	*good upbringing*
mali	*wealth*
mambo (jambo)	*matters (matter)*
maongezi	*conversations*
maongezi	*talks, conversations*
mapenzi	*love*
marehemu	*deceased*
marehemu	*someone who passed away*
mashariki	*east*
mashetani	*devils*
mashirika	*organizations*
mashuhuri	*famous*
maswala	*women's issues*
matakwa	*needs*
matatizo	*problems*
matumizi	*expenses*
matuta	*raised soil beds for planting*
maumbo (umbo)	*structures; forms (structure; form)*

mawasiliano	*communication*
mawazo	*thoughts*
mazao	*crops, produce*
mazao ya chakula (biashara)	*subsistence crops (cash)*
mazao	*crops, produce*
mazingira	*environment*
mbalimbali	*various, different*
mbaya	*bad*
mbele ya	*in front of*
mboga za majani	*greens such as spinach*
mbona	*why*
mdundo	*beat of a drum*
methali	*proverbs*
meza	*swallow*
mfumo	*structure*
mgahawa	*cafe*
mhariri	*editor*
mhudumu	*waiter, waitress*
miaka	*years*
mifereji	*water taps*
mifukoni	*in the pockets*
mifupa	*bones*
mihogo	*cassava*
miili	*bodies*
miktadha	*contexts*
mikutano	*meetings*
mila	*customs, traditions*
miliki	*own*
miongoni	*among*
mipaka	*boundaries; borders*
miradi	*projects*
misingi	*foundations, basics*
Misri	*Egypt*
mitaala (mtaala)	*curricula (curriculum)*
miti	*trees*
mkasi	*scissors*
mkazo	*emphasis*
mkeka	*mat*
mmomonyoko	*erosion*
moja kwa moja	*straight ahead, right away*
mojawapo	*one of*
mpunga/mchele	*uncooked rice with husk/without husk*

msemo	*saying*
msikiti	*mosque*
msimamizi	*supervisor*
msimamo	*stand, opinion*
msingi	*foundation*
msisitizo	*insistence, emphasis*
mstari wa mbele	*frontline*
msukosuko	*hardship*
mtaa	*neighborhood*
mtaalam	*professional, expert*
mtandao	*internet*
mtindo (mtindo wa kisasa)	*style (modern style)*
mtoto mchanga	*baby*
mtukufu	*honorable person, dignitary*
muhimu	*important*
mujibu	*according*
Mungu	*God*
muundo	*structure*
muungano	*union*
mvua	*rain*
mwamko	*awakening*
mwanakaf	*CUF member*
mwehu	*crazy person*
mzaliwa fulani	*certain native born*
mzee	*elder*
mzizi	*root*
mzoga	*stinking dead body of an animal*

n

nafasi	*opportunity (opportunities)*
nakshi	*design(s)*
namna	*kind, type*
nasaha	*advice*
nchi	*country*
ndefu	*long*
ndizi	*banana*
ndoa	*marriage*
nembo	*logo*
ngano	*wheat*
ngozi	*skin*
nguo	*cloth*
nguvu	*strength*

nia	*purpose*
nufaa (kunufaika)	*benefit (to benefit)*
nyakua	*grab*
nyanja	*fields, areas*
nyanyasa (mnyanyaso)	*oppress (oppression)*
nyembe	*blades*
nyimbo	*songs*
nyinginezo	*others*
nyuma	*behind, back*
nzito	*heavy*

o

oga	*have a shower, take a bath*
okoa (okoka)	*rescue (be rescued)*
omba (ninaomba)	*request; beg (I request, I beg)*
ondoa	*take way*
onekana	*be seen*
ongeza	*increase*
onya	*warn*
onyesha	*show*
orodha (orodhesha)	*list (make a list)*

p

paka (kujipaka)	*rub (to rub oneself with something)*
panda	*plant, grow seeds*
papo kwa papo	*immediately*
paswa (tunapaswa)	*be expected (we are expected)*
patana	*get along*
pazia	*curtain*
pekee	*alone, unique*
penda	*like, love*
pewa	*be given*
pigana busu	*kiss each other*
poa	*cool*
pongeza (kuwapongeza)	*congratulate (to congratulate them)*
potea	*get lost*
poteza (kupoteza uzito wa mwili)	*lose something (to lose weight)*
punguka (pungukiwa damu)	*decrease (have a decrease in blood quantity)*
punguza	*reduce*
puuza	*neglect*
pwani	*coast*

r

rahisi	*easy, cheap*
ramani	*map*
rasmi	*formal, official*
rehemu (amrehemu)	*bless (that God rests him/her in peace)*
rejesha	*return something*
rekebisha	*adjust*
ridhaa	*voluntarily*
rika	*age group*
riwaya	*long written story*
rubuni	*cheat, deceive*
rudi	*return, go back*
rudisha(kumrudishia uhai)	*return something (return life to him/her/it)*
ruhusu	*allow*

s

safi	*clean*
safirisha (wasafirishaji)	*export (exporters)*
sahau	*forget*
sahib	*friend*
sahihi (kujisahihisha)	*correct (to correct oneself)*
sahihi	*signature*
saidia (saidiana)	*help (help each other)*
salimu (salimiana)	*greet (greet each other)*
samahani	*excuse*
sambaa	*spread*
sare	*uniform*
sauti (kwa sauti)	*voice (loudly)*
sayansi	*science*
sehemu	*section*
sera	*policy*
serikali (kiserikali)	*government (governmental)*
siasa	*politics*
sifa	*characterisitcs*
sikiliza	*listen*
simulia (simulia hadithi)	*tell (tell a story)*
sindano	*injections, needles*
sindikiza	*accompany*
sinzia	*doze*
siri	*secret, confidential*
sisitiza	*emphasize*
somo	*traditional female instructor*

stahili	*deserve*
subiri	*wait*

sh

shabiki (washabiki)	*fan (fans) of soccer or another game*
shahada	*certificate*
shamba	*farm land*
shambulia	*attack*
shangaa (shangaza)	*be surprised (cause surprise)*
shauri (shauriwa) (ni shauri yao)	*advice (be advised) (it is their decision)*
sheria	*law*
shida	*hardship*
shikana	*hold each other*
shinda	*whole day event*
shinikizo la damu	*blood pressure*
shiriki	*participate, collaborate*
shughulikiwa	*be helped or served*
shukuru (shukrani)	*thank (thanks)*
shule za upili	*secondary schools*

t

tabia	*behavior, manners*
tafadhali	*please*
tafsiri	*translate*
tahariri	*editorial*
taifa	*nation*
takriban	*almost, nearly*
tamaduni	*cultures*
tamka	*pronounce*
tamthiliya (wanatamthiliya)	*drama, play, theater (writers of dramas ..)*
tandika kitanda	*make the bed*
tangu	*since*
tania	*tease*
tanzu	*parts*
tapika	*throw up*
taraji	*expect*
tasnifu	*dissertation*
tatizo	*problem*
tatua	*solve*
tawala	*rule*
tayari	*ready*
tazama	*look, watch*

tegemea	*depend on*
tema	*spit*
tenda	*do something*
teuliwa	*be nominated*
thamani (kuthamini)	*value (to value)*
tia fora	*excell*
tibu	*cure*
timia	*complete*
tisha (inatisha)	*scare (it is scary)*
tofauti (tofautisha)	*different (differentiate)*
toga masikio	*pierce ears*
toka (kutokana na)	*come from (according to)*
tokeo (matokeo)	*result (results)*
toleo	*issue*
tosha	*be enough*
tovuti	*internet*
tuma	*send on an errand*
tumbuiza	*entertain*
tunza mwimbaji	*reward a singer*
tunza mtoto	*take care of a child*

u

ua	*kill*
uangalifu	*carefulness*
ubeberu	*oppressive condition*
ubeleko	*baby carrier*
uchi	*nakedness*
uchumi	*economy*
ugali	*type of food using corn flour*
ugomvi	*quarrel*
ugonjwa (ugonjwa wa kuambukiza)	*illness (illness that infects others)*
ugua	*be sick*
ugumu	*difficulty*
Ujamaa	*socialism*
ujanja	*cunningness*
ujumbe	*message*
ujuzi	*skills*
ukame	*drought*
UKIMWI	*HIV/AIDS*
ukoloni	*colonialism*
ukombozi	*liberation*
ukulima	*farming*

ukurasa	*page*
ukuzaji	*enhancement, growth*
ulaji rushwa	*bribery*
umia	*get hurt*
umma	*people*
umoja	*unity*
umuhimu	*importance*
umwa (kuumwa kichwa)	*be sick (to have a headache)*
unda (haijaundwa)	*form, make (it has not been formed)*
ungana (unganisha)	*unite (join)*
unyago	*type of traditional dance by women*
uongozi	*leadership*
upepo	*wind*
ushindi	*victory, success*
utamaduni (utamaduni wa kigeni)	*culture (foreign culture)*
utekelezaji	*implementation*
utovu wa adabu	*bad manners*
uwanja	*field*
uwezo	*ability*
uzazi wa majira	*family planning*
uzembe	*idleness*
uzinzi	*random sexual intercourse*
uzoefu	*experience*

v

vaa	*put on, wear*
vamia	*attack*
vidonda	*sores*
vigumu	*hard, not easy*
vijiji (kijiji)	*villages*
virusi vya HIV	*HIV viruses*
vitendawili	*riddles*
viwango	*levels*
vyama vya ushirika	*collaborative associations*
vyama vya siasa	*political parties*

w

waandishi	*writers*
wadia	*arrive*
wadudu	*insects, bugs*
waharibifu	*destroyers*
wahi (hawajawahi)	*ever (they have never)*

wahusika	*those concerned*
wajibika	*be accountable*
wajibu	*responsibility*
wakereketwa	*zealous supporters/members*
wakilisha	*represent*
wala	*nor*
wanachama	*party members*
wananchi	*citizens*
wanyama	*animals*
washairi	*poets*
wasilisha	*present, do a presentation*
wataalam	*professionals, experts*
watu wazima	*adults*
wazi (uwazi)	*clear (clarity)*
wazo	*thought*
wenyeji	*local people*
weza (haiwezekani)	*be able (it can not be, it is not possible)*
wizi	*theft*

z

zahanati	*clinic*
zamani	*long ago*
zawadi	*gift*
zezeta	*fool*
ziara	*visit*
zunguka	*go round, surround*

Appendix : Anuani za mtandao

http://en.wikipedia.org/wiki/Yoweri_Museveni

http://en.wikipedia.org/wiki/Idi_Amin

http://en.wikipedia.org/wiki/Julius_Nyerere

http://groups.msn.com/SitiBintiSaad/yourwebpage1.msnw

http://groups.msn.com/SitiBintiSaad

http://www.retroafric.com/html/sl_notes/07cd_3.html

http://www.swahilionline.com/culture/music/bios/zuhura.htm

http://www.africawithin.com/kenyatta/kenyatta_bio.htm

http://images.google.com/images

http://ccat.sas.upenn.edu/plc/kiswahili/video/

http://www.zanzinet.org/zanzibar/karume.html

http://www.kerstincameron.de/pics/fotos/adamshafi.jpg

http://www.wikipedia.org

http://www.cafeafricana.com